இலக்கண மொழிபெயர்ப்பு

ஆங்கில இலக்கணம் தமிழில்

ஜே. செல்வக்குமார்

பொருளடக்கம்

1

முன்னுரை

தமிழர்களில் பலர் தமிழ் மொழியில் நன்றாக திறன் பெற்று இருப்பினும் அவர்களின் தமிழ் திறனே அவர்களை ஆங்கிலம் கற்றுக்கொள்ள தடையாக இருக்கிறது. ஏனெனில் ஆங்கில இலக்கணமும் தமிழ் இலக்கணமும் ஒன்றோடொன்று எளிதாக ஒத்து போவதில்லை.

ஆங்கிலம் கற்க தமிழ் மொழி தடையாக இருப்பதை நான் விரும்பவில்லை. ஆகையால் தமிழ் மொழியின் மூலம் ஆங்கிலம் எளிமையாக கற்க இந்த புத்தகத்தை எழுதியுள்ளேன்.

இந்த புத்தகத்தில் எந்த இடத்திலும் நான் ஆங்கில இலக்கணத்தை நேரடியாக குறிப்பிடவில்லை. அதேபோல் தமிழ் இலக்கணத்தையும் நான் இதில் நேரடியாக பயன்படுத்தவில்லை. தமிழ் மொழிக்கும் ஆங்கில மொழிக்கும் இடையிலான இலக்கண ஒற்றுமையை எனக்கு தெரிந்து வகையில் ஒன்று சேர்த்து இந்த புத்தகத்தை வடிவமைத்துள்ளேன்.

ஒரு சில நாட்களில் எளிய முறையில் ஆங்கிலம் கற்றுக்கொள்ள நினைப்பவர்களுக்கு இந்த புத்தகம் மிகவும் பயனுள்ளதாக இருக்கும் என்று நம்புகிறேன். இந்த புத்தகம் உங்களுக்கு பயனுள்ளதாக இருந்தால் தயவு செய்து உங்கள் ஆதரவை தெரிவிக்கவும் அப்போதுதான் இதுபோன்ற புத்தகங்களை மேலும் எழுதுவதற்கு எனக்கு தூண்டுதலாக அமையும்.

ஆங்கிலம் கற்றுக்கொள்ள விருப்பம் இருந்தும் கற்க முடியாமல் சிரமபடுபவர்களுக்கு இந்த புத்தகத்தை பகிருங்கள். அவர்களுக்கு இந்த புத்தகம் நிச்சயமாக பயனுள்ளதாக இருக்கும்.

ஜே. செல்வக்குமார்

2

உள்ளடக்கம்

உள்ளடக்கம்

21. செய் + ஆ? (எதிர்காலம்)

22. செய் + கிடையாது (நிகழ்காலம்)

23. செய் + இல்லை (கடந்தகாலம்)

24. செய் + மாட் (எதிர்காலம்)

25. செய் + கிடையாது + ஆ (நிகழ்காலம்)

26. செய் + இல்லை + ஆ (கடந்தகாலம்)

27. செய் + மாட் + ஆ (எதிர்காலம்)

28. செய் (எழுதும்போது மற்றும் பேசும்போது)

29. அடை

30. அடை (நிகழ்காலம்)

31. அடை (கடந்தகாலம்)

32. அடை (எதிர்காலம்)

33. அடை + ஆ (நிகழ்காலம்)

34. அடை + ஆ (கடந்தகாலம்)

35. அடை + ஆ (எதிர்காலம்)

36. அடை + கிடையாது (நிகழ்காலம்)

37. அடை + இல்லை (கடந்தகாலம்)

38. அடை + மாட் (எதிர்காலம்)

39. அடை + கிடையாது + ஆ (நிகழ்காலம்)

40. அடை + இல்லை + ஆ (கடந்தகாலம்)

41. அடை + மாட் + ஆ (எதிர்காலம்)

42. அடை (எழுதும்போது மற்றும் பேசும்போது)

43. பார், ஓடி, எழுதி, etc.

44. பார்/ஓடி/எழுதி/etc. (நிகழ்காலம்)

45. பார்/ஓடி/எழுதி/etc. (கடந்தகாலம்)

46. பார்/ஓடி/எழுதி/etc. (எதிர்காலம்)

47. பார்/ஓடி/எழுதி/etc. + ஆ (நிகழ்காலம்)

48. பார்/ஓடி/எழுதி/etc. + ஆ (கடந்தகாலம்)

49. பார்/ஓடி/எழுதி/etc. + ஆ (எதிர்காலம்)

50. பார்/ஓடி/எழுதி/etc. + கிடையாது (நிகழ்காலம்)

51. பார்/ஓடி/எழுதி/etc. + இல்லை (கடந்தகாலம்)

52. பார்/ஓடி/எழுதி/etc. + மாட் (எதிர்காலம்)

53. பார்/ஓடி/எழுதி/etc. + கிடையாது + ஆ (நிகழ்காலம்)

54. பார்/ஓடி/எழுதி/etc. + இல்லை + ஆ (கடந்தகாலம்)

55. பார்/ஓடி/எழுதி/etc. + மாட் + ஆ (எதிர்காலம்)

56. கொண்டு + இரு

57. கொண்டு + இரு (நிகழ்காலம்)

58. கொண்டு + இரு (கடந்தகாலம்)

59. கொண்டு + இரு (எதிர்காலம்)

60. கொண்டு + இரு + ஆ (நிகழ்காலம்)

61. கொண்டு + இரு + ஆ (கடந்தகாலம்)

62. கொண்டு + இரு + ஆ (எதிர்காலம்)

63. கொண்டு + கிடையாது (நிகழ்காலம்)

64. கொண்டு + இல்லை (கடந்தகாலம்)

65. கொண்டு + மாட் (எதிர்காலம்)

66. கொண்டு + கிடையாது + ஆ (நிகழ்காலம்)

67. கொண்டு + இல்லை + ஆ (கடந்தகாலம்)

68. கொண்டு + மாட் + ஆ (எதிர்காலம்)

69. இருந்து வரு

70. இருந்து வரு (நிகழ்காலம்)

71. இருந்து வரு (கடந்தகாலம்)

72. இருந்து வரு (எதிர்காலம்)

73. இருந்து வரு + ஆ (நிகழ்காலம்)

74. இருந்து வரு + ஆ (கடந்தகாலம்)

75. இருந்து வரு + ஆ (எதிர்காலம்)

76. இருந்து வரு + கிடையாது (நிகழ்காலம்)

77. இருந்து வரு + இல்லை (கடந்தகாலம்)

78. இருந்து வரு + மாட் (எதிர்காலம்)

79. இருந்து வரு + கிடையாது + ஆ (நிகழ்காலம்)

80. இருந்து வரு + இல்லை + ஆ (கடந்தகாலம்)

81. இருந்து வரு + மாட் + ஆ (எதிர்காலம்)

82. விட்டு

83. விட்டு (நிகழ்காலம்)

84. விட்டு (கடந்தகாலம்)

85. விட்டு (எதிர்காலம்)

86. விட்டு + ஆ (நிகழ்காலம்)

87. விட்டு + ஆ (கடந்தகாலம்)

88. விட்டு + ஆ (எதிர்காலம்)

89. விட்டு + கிடையாது (நிகழ்காலம்)

90. விட்டு + இல்லை (கடந்தகாலம்)

91. விட்டு + மாட் (எதிர்காலம்)

92. விட்டு + கிடையாது + ஆ (நிகழ்காலம்)

93. விட்டு + இல்லை + ஆ (கடந்தகாலம்)

94. விட்டு + மாட் + ஆ (எதிர்காலம்)

95. கொண்டு + வரு

96. கொண்டு + வரு (நிகழ்காலம்)

97. கொண்டு + வரு (கடந்தகாலம்)

98. கொண்டு + வரு (எதிர்காலம்)

99. கொண்டு + வரு + ஆ (நிகழ்காலம்)

100. கொண்டு + வரு + ஆ (கடந்தகாலம்)

101. கொண்டு + வரு + ஆ (எதிர்காலம்)

102. கொண்டு + வரு + கிடையாது (நிகழ்காலம்)

103. கொண்டு + வரு + இல்லை (கடந்தகாலம்)

104. கொண்டு + வரு + மாட் (எதிர்காலம்)

105. கொண்டு + வரு + கிடையாது + ஆ(நிகழ்காலம்)

106. கொண்டு + வரு + இல்லை + ஆ(கடந்தகாலம்)

107. கொண்டு + வரு + மாட் + ஆ(எதிர்காலம்)

108. எதிர்காலம்

109. முக்காலம்
110. லாம், னும் (உறுதியாக)
111. லாம், னும் + ஆ (உறுதியாக)
112. லாம், னும் (உறுதியில்லாமல்)
113. லாம், னும் + ஆ (உறுதியில்லாமல்)
114. வேண்டியதிருக்கு
115. முடியும்
116. போகி
117. இருந்திருக்கேன்
118. ஒரு

3

இரு

1. இரு

நிகழ்காலம் => am, is, are
கடந்தகாலம் => was,were
எதிர்காலம் => will be

		ஏன்	=> I am
	கிற்	ஆன்/ஆள்/அது	=> He/She/It is
		ஓம்/ஆய்/ஆர்கள்/அன	=> We/You/They are
		ஏன்	=> I was
இரு	ந்	ஆன்/ஆள்/அது	=> He/She/It was
		ஓம்/ஆய்/ஆர்கள்/அன	=> We/You/They were
		ஏன்	=> I will be
	ப்	ஆன்/ஆள்/அது	=> He/She/It will be
		ஓம்/ஆய்/ஆர்கள்/அன	=> We/You/They will be

நான் => ஏன்
அவன்/அவள்/அது => ஆன்/ஆள்/அது
நாங்கள்/நீங்கள்/அவர்கள்/அவை => ஓம்/ஆய்/ஆர்கள்/அன

நான் => I
அவன்/அவள்/அது => He/She/It
நாங்கள்/நீங்கள்/அவர்கள்/அவை => We/You/They/They

2. இரு (நிகழ்காலம்)

	ஏன்	=> I am
இருக்கிற்	ஆன்/ஆள்/அது	=> He/She/It is
	ஓம்/ஆய்/ஆர்கள்/அன	=> We/You/They/They are

ஏன் => நான்
ஆன்/ஆள்/அது => அவன்/அவள்/அது
ஓம்/ஆய்/ஆர்கள்/அன => நாங்கள்/நீங்கள்/அவர்கள்/அவை

நான் => I
அவன்/அவள்/அது => He/She/It
நாங்கள்/நீங்கள்/அவர்கள்/அவை => We/You/They/They

நான் ஒரு டாக்டராக இருக்கிறேன் => I am a Doctor

அவன் ஒரு காவலராக இருக்கிறான் => He is a Police

அவள் ஒரு ஆசிரியராக இருக்கிறாள் => She is a Teacher

அது ஒரு மரமாக இருக்கிறது => It is a Tree

நாங்கள் இந்தியர்களாக இருக்கிறோம் => We are Indians

நீங்கள் ஒரு வழக்கறிஞராக இருக்கிறாய் => You are a Lawyer

அவர்கள் அமெரிக்கர்களாக இருக்கிறார்கள் => They are Americans

அவை பழங்களாக இருக்கின்றன => They are Fruits

3. இரு (கடந்தகாலம்)

	ஏன்	=> I was
இருந்	ஆன்/ஆள்/அது	=> He/She/It were
	ஓம்/ஆய்/ஆர்கள்/அன	=> We/You/They/They were

ஏன் => நான்
ஆன்/ஆள்/அது => அவன்/அவள்/அது
ஓம்/ஆய்/ஆர்கள்/அன => நாங்கள்/நீங்கள்/அவர்கள்/அவை

நான் => I
அவன்/அவள்/அது => He/She/It
நாங்கள்/நீங்கள்/அவர்கள்/அவை => We/You/They/They

நான் ஒரு டாக்டராக இருந்தேன் => I was a Doctor

அவன் ஒரு காவலராக இருந்தான் => He was a Police

அவள் ஒரு ஆசிரியராக இருந்தாள் => She was a Teacher

அது ஒரு மரமாக இருந்தது => It was a Tree

நாங்கள் இந்தியர்களாக இருந்தோம் => We were Indians

நீங்கள் ஒரு வழக்கறிஞராக இருந்தாய் => You were a Lawyer

அவர்கள் அமெரிக்கர்களாக இருந்தார்கள் => They were Americans

அவை பழங்களாக இருந்தன => They were Fruits

4. இரு (எதிர்காலம்)

	ஏன்	=> I will be
இருப்	ஆன்/ஆள்/கும்	=> He/She/It will be
	ஓம்/ஆய்/ஆர்கள்/கும்	=> We/You/They/They will be

ஏன் => நான்
ஆன்/ஆள்/கும் => அவன்/அவள்/அது
ஓம்/ஆய்/ஆர்கள்/கும் => நாங்கள்/நீங்கள்/அவர்கள்/அவை

நான் => I
அவன்/அவள்/அது => He/She/It
நாங்கள்/நீங்கள்/அவர்கள்/அவை => We/You/They/They

நான் ஒரு டாக்டராக இருப்பேன் => I will be a Doctor

அவன் ஒரு காவலராக இருப்பான் => He will be a Police

அவள் ஒரு ஆசிரியராக இருப்பாள் => She will be a Teacher

அது ஒரு மரமாக இருக்கும் => It will be a Tree

நாங்கள் இந்தியர்களாக இருப்போம் => We will be Indians

நீங்கள் ஒரு வழக்கறிஞராக இருப்பாய் => You will be a Lawyer

அவர்கள் அமெரிக்கர்களாக இருப்பார்கள் => They will be Americans

அவை பழங்களாக இருக்கும் => They will be Fruits

5. இரு + ஆ? (நிகழ்காலம்)

இருக்கிற்	ஏன் ஆன்/ஆள்/அது ஓம்/ஆய்/ஆர்கள்/அன	+ ஆ	=> Am I? => Is he/she/it? => Are we/you/they/they?

I am => நான் இருக்கிறேன் => Am I? => நான் இருக்கிறேனா?

He is => அவன் இருக்கிறான் => Is he? => அவன் இருக்கிறானா?

She is => அவள் இருக்கிறாள் => Is she? => அவள் இருக்கிறாளா?

It is => அது இருக்கிறது => Is it? => அது இருக்கிறதா?

We are => நாங்கள் இருக்கிறோம் => Are we? => நாங்கள் இருக்கிறோமா?

You are => நீ இருக்கிறாய் => Are you? => நீ இருக்கிறாயா?

They are =>அவர்கள் இருக்கிறார்கள் => Are they? =>அவர்கள் இருக்கிறார்களா?

They are => அவை இருக்கின்றன => Are they? => அவை இருக்கின்றதா?

நான் ஒரு டாக்டராக இருக்கிறேனா? => Am I a Doctor?

அவன் ஒரு காவலராக இருக்கிறானா? => Is he a policeman?

அவள் ஒரு ஆசிரியராக இருக்கிறாளா? => Is she a Teacher?

அது ஒரு மரமாக இருக்கிறதா? => Is it a Tree?

நாங்கள் இந்தியர்களாக இருக்கிறோமா? => Are we Indians?

நீ ஒரு வழக்கறிஞராக இருக்கிறாயா? => Are you a Lawyer?

அவர்கள் அமெரிக்கர்களாக இருக்கிறார்களா? => Are they Americans?

அவை பழங்களாக இருக்கின்றதா? => Are they Fruits?

6. இரு + ஆ? (கடந்தகாலம்)

	ஏன்			=> Was I?
இருந்	ஆன்/ஆள்/அது	+	ஆ	=> Was he/she/it?
	ஓம்/ஆய்/ஆர்கள்/அன			=> Were we/you/they/they?

I was => நான் இருந்தேன் => Was I? => நான் இருந்தேனா?

He was => அவன் இருந்தான் => Was he? => அவன் இருந்தானா?

She was => அவள் இருந்தாள் => Was she? => அவள் இருந்தாளா?

It was => அது இருந்தது => Was it? => அது இருந்ததா?

We were => நாங்கள் இருந்தோம் => Were we? => நாங்கள் இருந்தோமா?

You were => நீ இருந்தாய் => Were you? => நீ இருந்தாயா?

They were => அவர்கள் இருந்தார்கள் => Were they? => அவர்கள் இருந்தார்களா?

They were => அவை இருந்தன => Were they? => அவை இருந்தனவா?

நான் ஒரு டாக்டராக இருந்தேனா? => Was I a Doctor?

அவன் ஒரு காவலராக இருந்தானா? => Was he a policeman?

அவள் ஒரு ஆசிரியராக இருந்தாளா? => Was she a Teacher?

அது ஒரு மரமாக இருந்ததா? => Was it a Tree?

நாங்கள் இந்தியர்களாக இருந்தோமா? => Were we Indians?

நீ ஒரு வழக்கறிஞராக இருந்தாயா? => Were you a Lawyer?

அவர்கள் அமெரிக்கர்களாக இருந்தார்களா? => Were they Americans?

அவை பழங்களாக இருந்தனவா? => Were they Fruits?

7. இரு + ஆ? (எதிர்காலம்)

இருப்	ஏன் ஆன்/ஆள்/கும் ஓம்/ஆய்/ஆர்கள்/கும்	+ ஆ	=> Will I be? => Will he/she/it be? => Will we/you/they/they be?

I will be => நான் இருப்பேன் => Will I be? => நான் இருப்பேனா?

He will be => அவன் இருப்பான் => Will he be? => அவன் இருப்பானா?

She will be => அவள் இருப்பாள் => Will she be? => அவள் இருப்பாளா?

It will be => அது இருக்கும் => Will it be? => அது இருக்குமா?

We will be => நாங்கள் இருப்போம் => Will we be? => நாங்கள் இருப்போமா?

You will be => நீ இருப்பாய் => Will you be? => நீ இருப்பாயா?

They will be =>அவர்கள் இருப்பார்கள்=>Will they be? =>அவர்கள் இருப்பார்களா?

They will be => அவை இருக்கும் => Will they be? => அவை இருக்குமா?

நான் ஒரு டாக்டராக இருப்பேனா? => Will I be a Doctor?

அவன் ஒரு காவலராக இருப்பானா? => Will he be a policeman?

அவள் ஒரு ஆசிரியராக இருப்பாளா? => Will she be a Teacher?

அது ஒரு மரமாக இருக்குமா? => Will it be a Tree?

நாங்கள் இந்தியர்களாக இருப்போமா? => Will we be Indians?

நீ ஒரு வழக்கறிஞராக இருப்பாயா? => Will you be a Lawyer?

அவர்கள் அமெரிக்கர்களாக இருப்பார்களா? => Will they be Americans?

அவை பழங்களாக இருக்குமா? => Will they be Fruits?

8. (இரு) + கிடையாது (நிகழ்காலம்)

(இரு) + கிடையாது
=> I am not
=> He/She/It is not
=> We/You/They are not

நான் => I
அவன்/அவள்/அது => He/She/It
நாங்கள்/நீங்கள்/அவர்கள்/அவை => We/You/They/They

நான் ஒரு டாக்டராக இருக்கிறேன் => I am a Doctor
நான் ஒரு டாக்டர் கிடையாது => I am not a Doctor

அவன் ஒரு காவலராக இருக்கிறான் => He is a Police
அவன் ஒரு காவலர் கிடையாது => He is not a Police

அவள் ஒரு ஆசிரியராக இருக்கிறாள் => She is a Teacher
அவள் ஒரு ஆசிரியர் கிடையாது => She is not a Teacher

அது ஒரு மரமாக இருக்கிறது => It is a Tree
அது ஒரு மரம் கிடையாது => It is not a Tree

நாங்கள் இந்தியர்களாக இருக்கிறோம் => We are Indians
நாங்கள் இந்தியர்கள் கிடையாது => We are not Indians

நீங்கள் ஒரு வழக்கறிஞராக இருக்கிறாய் => You are a Lawyer
நீங்கள் ஒரு வழக்கறிஞர் கிடையாது => You are not a Lawyer

அவர்கள் அமெரிக்கர்களாக இருக்கிறார்கள் => They are Americans
அவர்கள் அமெரிக்கர்கள் கிடையாது => They are not Americans

அவை பழங்களாக இருக்கின்றன => They are Fruits
அவை பழங்கள் கிடையாது => They are not Fruits

9. இரு + இல்லை (கடந்தகாலம்)

இருக்க / இருந்த + இல்லை => I was not
=> He/She/It was not
=> We/You/They were not

நான் => I
அவன்/அவள்/அது => He/She/It
நாங்கள்/நீங்கள்/அவர்கள்/அவை => We/You/They/They

நான் ஒரு டாக்டராக இருந்தேன் => I was a Doctor
நான் ஒரு டாக்டராக இருந்ததில்லை => I was not a Doctor

அவன் ஒரு காவலராக இருந்தான் => He was a Police
அவன் ஒரு காவலராக இருந்ததில்லை => He was not a Police

அவள் ஒரு ஆசிரியராக இருந்தாள் => She was a Teacher
அவள் ஒரு ஆசிரியராக இருந்ததில்லை => She was not a Teacher

அது ஒரு மரமாக இருந்தது => It was a Tree
அது ஒரு மரமாக இருந்ததில்லை => It was not a Tree

நாங்கள் இந்தியர்களாக இருந்தோம் => We were Indians
நாங்கள் இந்தியர்களாக இருந்ததில்லை => We were not Indians

நீங்கள் ஒரு வழக்கறிஞராக இருந்தாய் => You were a Lawyer
நீங்கள் ஒரு வழக்கறிஞராக இருந்ததில்லை => You were not a Lawyer

அவர்கள் அமெரிக்கர்களாக இருந்தார்கள் => They were Americans
அவர்கள் அமெரிக்கர்களாக இருந்ததில்லை => They were not Americans

அவை பழங்களாக இருந்தன => They were Fruits
அவை பழங்களாக இருந்ததில்லை => They were not Fruits

10. (இரு) + மாட் (எதிர்காலம்)

		ஏன்	=> I will not be
(இருக்க)	+ மாட்	ஆன்/ஆள்/அது	=> He/She/It will not be
		ஓம்/ஆய்/ஆர்கள்/அன	=> We/You/They will not be

ஏன் => நான்
ஆன்/ஆள்/அது => அவன்/அவள்/அது
ஓம்/ஆய்/ஆர்கள்/அன => நாங்கள்/நீங்கள்/அவர்கள்/அவை

நான் => I
அவன்/அவள்/அது => He/She/It
நாங்கள்/நீங்கள்/அவர்கள்/அவை => We/You/They/They

நான் ஒரு டாக்டராக இருப்பேன் => I will be a Doctor
நான் ஒரு டாக்டராக மாட்டேன் => I will not be a Doctor

அவன் ஒரு காவலராக இருப்பான் => He will be a Police
அவன் ஒரு காவலராக மாட்டான் => He will not be a Police

அவள் ஒரு ஆசிரியராக இருப்பாள் => She will be a Teacher
அவள் ஒரு ஆசிரியராக மாட்டாள் => She will not be a Teacher

அது ஒரு மரமாக இருக்கும் => It will be a Tree
அது ஒரு மரமாக மாட்டாது => It will not be a Tree

நாங்கள் இந்தியர்களாக இருப்போம் => We will be Indians
நாங்கள் இந்தியர்களாக மாட்டோம் => We will not be Indians

நீங்கள் ஒரு வழக்கறிஞராக இருப்பாய் => You will be a Lawyer
நீங்கள் ஒரு வழக்கறிஞராக மாட்டாய் => You will not be a Lawyer

அவர்கள் அமெரிக்கர்களாக இருப்பார்கள் => They will be Americans
அவர்கள் அமெரிக்கர்களாக மாட்டார்கள் => They will not be Americans

அவை பழங்களாக இருக்கும் => They will be Fruits
அவை பழங்களாக மாட்டன => They will not be Fruits

11. (இரு) + கிடையாது + ஆ (நிகழ்காலம்)

(இரு) + கிடையாது + ஆ
=> Am I not?
=> Is he/she/it not ?
=> Are you/we/they not ?

நான் => I
அவன்/அவள்/அது => He/She/It
நாங்கள்/நீங்கள்/அவர்கள்/அவை => We/You/They/They

நான் ஒரு டாக்டர் கிடையாது => I am not a Doctor
நான் ஒரு டாக்டர் கிடையாதா? => Am I not a Doctor?

அவன் ஒரு காவலர் கிடையாது => He is not a Police
அவன் ஒரு காவலர் கிடையாதா? => Is he not a Police?

அவள் ஒரு ஆசிரியராக இருக்கிறாள் => She is a Teacher
அவள் ஒரு ஆசிரியர் கிடையாதா? => Is she not a Teacher?

அது ஒரு மரம் கிடையாது => It is not a Tree
அது ஒரு மரம் கிடையாதா? => Is it not a Tree?

நாங்கள் இந்தியர்கள் கிடையாது => We are not Indians
நாங்கள் இந்தியர்கள் கிடையாதா? => Are we not Indians?

நீங்கள் ஒரு வழக்கறிஞர் கிடையாது => You are not a Lawyer
நீங்கள் ஒரு வழக்கறிஞர் கிடையாதா? => Are you not a Lawyer?

அவர்கள் அமெரிக்கர்கள் கிடையாது => They are not Americans
அவர்கள் அமெரிக்கர்கள் கிடையாதா? => Are they not Americans?

அவை பழங்கள் கிடையாது => They are not Fruits
அவை பழங்கள் கிடையாதா? => Are they not Fruits?

12. இரு + இல்லை + ஆ (கடந்தகாலம்)

இருக்க / இருந்த + இல்லை + ஆ
=> Was I not?
=> Was he/she/it not ?
=> Were you/we/they not ?

நான் => I
அவன்/அவள்/அது => He/She/It
நாங்கள்/நீங்கள்/அவர்கள்/அவை => We/You/They/They

நான் ஒரு டாக்டராக இருந்ததில்லை => I was not a Doctor
நான் ஒரு டாக்டராக இருந்ததில்லையா? => Was I not a Doctor?

அவன் ஒரு காவலராக இருந்ததில்லை => He was not a Police
அவன் ஒரு காவலராக இருந்ததில்லையா? => Was he not a Policeman?

அவள் ஒரு ஆசிரியராக இருந்ததில்லை => She was not a Teacher
அவள் ஒரு ஆசிரியராக இருந்ததில்லையா?=> Was she not a Teacher?

அது ஒரு மரமாக இருந்ததில்லை => It was not a Tree
அது ஒரு மரமாக இருந்ததில்லையா? => Was it not a Tree?

நாங்கள் இந்தியர்களாக இருந்ததில்லை => We were not Indians
நாங்கள் இந்தியர்களாக இருந்ததில்லையா?=> Were we not Indians?

நீங்கள் ஒரு வழக்கறிஞராக இருந்ததில்லை => You were not a Lawyer
நீங்கள் ஒரு வழக்கறிஞராக இருந்ததில்லையா?=> Were you not a Lawyer?

அவர்கள் அமெரிக்கர்களாக இருந்ததில்லை => They were not Americans
அவர்கள் அமெரிக்கர்களாக இருந்ததில்லையா?=> Were they not Americans?

அவை பழங்களாக இருந்ததில்லை => They were not Fruits
அவை பழங்களாக இருந்ததில்லையா?=> Were they not Fruits?

13. (இரு) + மாட் + ஆ (எதிர்காலம்)

(இருக்க) + மாட் ஏன் + ஆ => Will I not be?
ஆன்/ஆள்/அது => Will he/she/it not be?
ஓம்/ஆய்/ஆர்கள்/அன => Will we/you/they/they not be?

ஏன் => நான்
ஆன்/ஆள்/அது => அவன்/அவள்/அது
ஓம்/ஆய்/ஆர்கள்/அன => நாங்கள்/நீங்கள்/அவர்கள்/அவை

நான் => I
அவன்/அவள்/அது => He/She/It
நாங்கள்/நீங்கள்/அவர்கள்/அவை => We/You/They/They

நான் ஒரு டாக்டராக மாட்டேன் => I will not be a Doctor
நான் ஒரு டாக்டராக மாட்டேனா? => Will I not be a Doctor?

அவன் ஒரு காவலராக மாட்டான் => He will not be a Police
அவன் ஒரு காவலராக மாட்டானா? => Will he not be a Policeman?

அவள் ஒரு ஆசிரியராக மாட்டாள் => She will not be a Teacher
அவள் ஒரு ஆசிரியராக மாட்டாளா? => Will she not be a Teacher?

அது ஒரு மரமாக மாட்டாது => It will not be a Tree
அது ஒரு மரமாக மாட்டாதா? => Will it not be a Tree?

நாங்கள் இந்தியர்களாக மாட்டோம் => We will not be Indians
நாங்கள் இந்தியர்களாக மாட்டோமா? => Will we not be Indians?

நீங்கள் ஒரு வழக்கறிஞராக மாட்டாய் => You will not be a Lawyer
நீங்கள் ஒரு வழக்கறிஞராக மாட்டாயா? => Will you not be a Lawyer?

அவர்கள் அமெரிக்கர்களாக மாட்டார்கள் => They will not be Americans
அவர்கள் அமெரிக்கர்களாக மாட்டார்களா?=> Will they not be Americans?

அவை பழங்களாக மாட்டன => They will not be Fruits
அவை பழங்களாக மாட்டனவா? => Will they not be Fruits?

14. இரு (எழுதும்போது மற்றும் பேசும்போது)

எழுதும்போது:	பேசும்போது:
I am => ஐ யம்	I'm => ஐம்
He is => ஹி இஸ்	He's => ஹிஸ்
She is => ஷி இஸ்	She's => ஷிஸ்
It is => இட் இஸ்	It's => இட்ஸ்
We are => வீ ஆர்	We're => வீஆ
You are => யூ ஆர்	You're => யூஆ
They are => தே ஆர்	They're => தேஆ
I will => ஐ வில்	I'll => ஐல்
He will => ஹி வில்	He'll => ஹில்
She will => ஷி வில்	She'll => ஷில்
It will => இட் வில்	It'll => இட்ல்
We will => வீ வில்	We'll => வீல்
You will => யூ வில்	You'll => யூல்
They will => தே வில்	They'll => தேல்
is not => இஸ் நாட்	isn't => இஸின்ட்
are not => ஆர் நாட்	aren't => ஆரின்ட்
was not => வாஸ் நாட்	wasn't => வாஸின்ட்
were not => வெர் நாட்	weren't => வெரின்ட்

4

செய்

15. செய்

நிகழ்காலம் => do, does
கடந்தகாலம் => did
எதிர்காலம் => will do

	கிற்	ஏன்	=> I do
		ஆன்/ஆள்/அது	=> He/She/It does
		ஓம்/ஆய்/ஆர்கள்/அன	=> We/You/They do
		ஏன்	=> I did
செய்	த்	ஆன்/ஆள்/அது	=> He/She/It did
		ஓம்/ஆய்/ஆர்கள்/அன	=> We/You/They did
		ஏன்	=> I will do
	வ்	ஆன்/ஆள்/அது	=> He/She/It will do
		ஓம்/ஆய்/ஆர்கள்/அன	=> We/You/They will do

நான் => ஏன்
அவன்/அவள்/அது => ஆன்/ஆள்/அது
நாங்கள்/நீங்கள்/அவர்கள்/அவை => ஓம்/ஆய்/ஆர்கள்/அன

நான் => I
அவன்/அவள்/அது => He/She/It
நாங்கள்/நீங்கள்/அவர்கள்/அவை => We/You/They/They

16. செய் (நிகழ்காலம்)

	ஏன்	=> I do
செய்கிற்	ஆன்/ஆள்/அது	=> He/She/It does
	ஓம்/ஆய்/ஆர்கள்/அன	=> We/You/They/They do

ஏன் => நான்
ஆன்/ஆள்/அது => அவன்/அவள்/அது
ஓம்/ஆய்/ஆர்கள்/அன => நாங்கள்/நீங்கள்/அவர்கள்/அவை

நான் => I
அவன்/அவள்/அது => He/She/It
நாங்கள்/நீங்கள்/அவர்கள்/அவை => We/You/They/They

நான் யோகா செய்கிறேன் => I do Yoga

அவன் உடற்பயிற்சி செய்கிறான் => He does Exercise

அவள் சமையல் செய்கிறாள் => She does Cooking

அது வேலை செய்கிறது => It does Work

நாங்கள் காமெடி செய்கிறோம் => We do Comedy

நீ தவறு செய்கிறாய் => You do Wrong

அவர்கள் சலவை செய்கிறார்கள் => They do Washing

அவை வேலை செய்கின்றன => They do Work

17. செய் (கடந்தகாலம்)

	ஏன்	=> I did
செய்த்	ஆன்/ஆள்/அது	=> He/She/It did
	ஓம்/ஆய்/ஆர்கள்/அன	=> We/You/They/They did

ஏன் => நான்
ஆன்/ஆள்/அது => அவன்/அவள்/அது
ஓம்/ஆய்/ஆர்கள்/அன => நாங்கள்/நீங்கள்/அவர்கள்/அவை

நான் => I
அவன்/அவள்/அது => He/She/It
நாங்கள்/நீங்கள்/அவர்கள்/அவை => We/You/They/They

நான் யோகா செய்தேன் => I did Yoga

அவன் உடற்பயிற்சி செய்தான் => He did Exercise

அவள் சமையல் செய்தாள் => She did Cooking

அது வேலை செய்தது => It did Work

நாங்கள் காமெடி செய்தோம் => We did Comedy

நீ தவறு செய்தாய் => You did Wrong

அவர்கள் சலவை செய்தார்கள் => They did Washing

அவை வேலை செய்தன => They did Work

18. செய் (எதிர்காலம்)

	ஏன்	=> I will do
செய்வ்	ஆன்/ஆள்/உம்	=> He/She/It will do
	ஓம்/ஆய்/ஆர்கள்/உம்	=> We/You/They/They will do

ஏன் => நான்
ஆன்/ஆள்/அது => அவன்/அவள்/அது
ஓம்/ஆய்/ஆர்கள்/அன => நாங்கள்/நீங்கள்/அவர்கள்/அவை

நான் => I
அவன்/அவள்/அது => He/She/It
நாங்கள்/நீங்கள்/அவர்கள்/அவை => We/You/They/They

நான் யோகா செய்வேன் => I will do Yoga

அவன் உடற்பயிற்சி செய்வான் => He will do Exercise

அவள் சமையல் செய்வாள் => She will do Cooking

அது வேலை செய்யும் => It will do Work

நாங்கள் காமெடி செய்வோம் => We will do Comedy

நீ தவறு செய்வாய் => You will do Wrong

அவர்கள் சலவை செய்வார்கள் => They will do Washing

அவை வேலை செய்யும் => They will do Work

19. செய் + ஆ? (நிகழ்காலம்)

	ஏன்		=> Do I do?
செய்கிற்	ஆன்/ஆள்/அது	+ ஆ	=> Does he/she/it do?
	ஓம்/ஆய்/ஆர்கள்/அன		=> Do we/you/they/they do?

I do => நான் செய்கிறேன் => Do I do? => நான் செய்கிறேனா?

He does => அவன் செய்கிறான் => Does he do? => அவன் செய்கிறானா?

She does => அவள் செய்கிறாள் => Does she do? => அவள் செய்கிறாளா?

It does => அது செய்கிறது => Does it do? => அது செய்கிறதா?

We do => நாங்கள் செய்கிறோம் => Do we do? => நாங்கள் செய்கிறோமா?

You do => நீ செய்கிறாய் => Do you do? => நீ செய்கிறாயா?

They do =>அவர்கள் செய்கிறார்கள்=>Do they do? =>அவர்கள் செய்கிறார்களா?

They do => அவை செய்கின்றன => Do they do? => அவை செய்கின்றதா?

நான் யோகா செய்கிறேனா? => Do I do Yoga?

அவன் உடற்பயிற்சி செய்கிறானா? => Does he do Exercise?

அவள் சமையல் செய்கிறாளா? => Does she (do) cook?

அது வேலை செய்கிறதா? => Does it do Work?

நாங்கள் காமெடி செய்கிறோமா? => Do we do Comedy?

நீ தவறு செய்கிறாயா? => Do you do Wrong?

அவர்கள் சலவை செய்கிறார்களா? => Do they (do) wash?

அவை வேலை செய்கின்றதா? => Do they do Work?

20. செய் + ஆ? (கடந்தகாலம்)

	ஏன்		=> Did I do?
செய்த்	ஆன்/ஆள்/அது	+ ஆ	=> Did he/she/it do?
	ஓம்/ஆய்/ஆர்கள்/அன		=> Did we/you/they/they do?

I did => நான் செய்தேன் => Did I do? => நான் செய்தேனா?

He did => அவன் செய்தான் => Did he do? => அவன் செய்தானா?

She did => அவள் செய்தாள் => Did she do? => அவள் செய்தாளா?

It did => அது செய்தது => Did it do? => அது செய்ததா?

We did => நாங்கள் செய்தோம் => Did we do? => நாங்கள் செய்தோமா?

You did => நீ செய்தாய் => Did you do? => நீ செய்தாயா?

They did => அவர்கள் செய்தார்கள் => Did they do? => அவர்கள் செய்தார்களா?

They did => அவை செய்தன => Did they do? => அவை செய்தனவா?

நான் யோகா செய்தேனா? => Did I do Yoga?

அவன் உடற்பயிற்சி செய்தானா? => Did he do Exercise?

அவள் சமையல் செய்தாளா? => Did she (do) cook?

அது வேலை செய்ததா? => Did it do Work?

நாங்கள் காமெடி செய்தோமா? => Did we do Comedy?

நீ தவறு செய்தாயா? => Did you do Wrong?

அவர்கள் சலவை செய்தார்களா? => Did they (do) wash?

அவை வேலை செய்தனவா? => Did they do Work?

21. செய் + ஆ? (எதிர்காலம்)

செய்வ்	ஏன்	+ ஆ	=> Will I do?
	ஆன்/ஆள்/உம்		=> Will he/she/it do?
	ஓம்/ஆய்/ஆர்கள்/உம்		=> Will we/you/they/they do?

I will do => நான் செய்வேன் => Will I do? => நான் செய்வேனா?

He will do => அவன் செய்வான் => Will he do? => அவன் செய்வானா?

She will do => அவள் செய்வாள் => Will she do? => அவள் செய்வாளா?

It will do => அது செய்யும் => Will it do? => அது செய்யுமா ?

We will do => நாங்கள் செய்வோம் => Will we do? => நாங்கள் செய்வோமா?

You will do => நீ செய்வாய் => Will you do? => நீ செய்வாயா?

They'll do=>அவர்கள்செய்வார்கள்=>Will They do?=>அவர்கள்செய்வார்களா?

They will do => அவை செய்யும் => Will they do? => அவை செய்யுமா?

நான் யோகா செய்வேனா? => Will I do Yoga?

அவன் உடற்பயிற்சி செய்வானா? => Will he do Exercise?

அவள் சமையல் செய்வாளா? => Will she do cook?

அது வேலை செய்யுமா? => Will it do Work?

நாங்கள் காமெடி செய்வோமா? => Will we do Comedy?

நீ தவறு செய்வாயா? => Will you do Wrong?

அவர்கள் சலவை செய்வார்களா? => Will they do wash?

அவை வேலை செய்யுமா? => Will they do Work?

22. செய் + கிடையாது (நிகழ்காலம்)

செய்ய + கிடையாது => I do not do
=> He/She/It does not do
=> We/You/They do not do

நான் => I
அவன்/அவள்/அது => He/She/It
நாங்கள்/நீங்கள்/அவர்கள்/அவை => We/You/They/They

நான் யோகா செய்கிறேன் => I do Yoga
நான் யோகா செய்ய கிடையாது => I do not do Yoga

அவன் உடற்பயிற்சி செய்கிறான் => He does Exercise
அவன் உடற்பயிற்சி செய்ய கிடையாது => He does not do Exercise

அவள் சமையல் செய்கிறாள் => She does Cooking
அவள் சமையல் செய்ய கிடையாது => She does not do Cooking

அது வேலை செய்கிறது => It does Work
அது வேலை செய்ய கிடையாது => It does not do Work

நாங்கள் காமெடி செய்கிறோம் => We do Comedy
நாங்கள் காமெடி செய்ய கிடையாது => We do not do Comedy

நீ தவறு செய்கிறாய் => You do Wrong
நீ தவறு செய்ய கிடையாது => You do not do Wrong

அவர்கள் சலவை செய்கிறார்கள் => They do Washing
அவர்கள் சலவை செய்ய கிடையாது=> They do not do Washing

அவை வேலை செய்கின்றன => They do Work
அவை வேலை செய்ய கிடையாது => They do not do Work

23. செய் + இல்லை (கடந்தகாலம்)

செய்ய + இல்லை => I did not do
=> He/She/It did not do
=> We/You/They did not do

நான் => I
அவன்/அவள்/அது => He/She/It
நாங்கள்/நீங்கள்/அவர்கள்/அவை => We/You/They/They

நான் யோகா செய்தேன் => I did Yoga
நான் யோகா செய்ய வில்லை => I did not do Yoga

அவன் உடற்பயிற்சி செய்தான் => He did Exercise
அவன் உடற்பயிற்சி செய்ய வில்லை => He did not do Exercise

அவள் சமையல் செய்தாள் => She did Cooking
அவள் சமையல் செய்ய வில்லை => She did not do Cooking

அது வேலை செய்தது => It did Work
அது வேலை செய்ய வில்லை => It did not do Work

நாங்கள் காமெடி செய்தோம் => We did Comedy
நாங்கள் காமெடி செய்ய வில்லை => We did not do Comedy

நீ தவறு செய்தாய் => You did Wrong
நீ தவறு செய்ய வில்லை => You did not do Wrong

அவர்கள் சலவை செய்தார்கள் => They did Washing
அவர்கள் சலவை செய்ய வில்லை => They did not do Washing

அவை வேலை செய்தன => They did Work
அவை வேலை செய்ய வில்லை => They did not do Work

24. செய் + மாட் (எதிர்காலம்)

ஏன் => I will not do
செய்ய + மாட் ஆன்/ஆள்/அது => He/She/It will not do
ஓம்/ஆய்/ஆர்கள்/அன => We/You/They will not do

ஏன் => நான்
ஆன்/ஆள்/அது => அவன்/அவள்/அது
ஓம்/ஆய்/ஆர்கள்/அன => நாங்கள்/நீங்கள்/அவர்கள்/அவை

நான் => I
அவன்/அவள்/அது => He/She/It
நாங்கள்/நீங்கள்/அவர்கள்/அவை => We/You/They/They

நான் யோகா செய்வேன் => I will do Yoga
நான் யோகா செய்ய மாட்டேன் => I will not do Yoga

அவன் உடற்பயிற்சி செய்வான் => He will do Exercise
அவன் உடற்பயிற்சி செய்ய மாட்டான் => He will not do Exercise

அவள் சமையல் செய்வாள் => She will do Cooking
அவள் சமையல் செய்ய மாட்டாள் => She will not do Cooking

அது வேலை செய்யும் => It will do Work
அது வேலை செய்ய மாட்டாது => It will not do Work

நாங்கள் காமெடி செய்வோம் => We will do Comedy
நாங்கள் காமெடி செய்ய மாட்டோம் => We will not do Comedy

நீ தவறு செய்வாய் => You will do Wrong
நீ தவறு செய்ய மாட்டாய் => You will not do Wrong

அவர்கள் சலவை செய்வார்கள் => They will do Washing
அவர்கள் சலவை செய்ய மாட்டார்கள் => They will not do Washing

அவை வேலை செய்யும் => They will do Work
அவை வேலை செய்ய மாட்டன => They will not do Work

25. செய் + கிடையாது + ஆ (நிகழ்காலம்)

செய்ய + கிடையாது + ஆ
=> Do not I do?
=> Does not he/she/it do?
=> Do not we/you/they do?

நான் => I
அவன்/அவள்/அது => He/She/It
நாங்கள்/நீங்கள்/அவர்கள்/அவை => We/You/They/They

நான் யோகா செய்கிறேன் => I do Yoga
நான் யோகா செய்ய கிடையாதா? => Do not I do Yoga?

அவன் உடற்பயிற்சி செய்கிறான் => He does Exercise
அவன் உடற்பயிற்சி செய்ய கிடையாதா? => Does not he do Exercise?

அவள் சமையல் செய்கிறாள் => She does Cooking
அவள் சமையல் செய்ய கிடையாதா? => Does not she do Cooking?

அது வேலை செய்கிறது => It does Work
அது வேலை செய்ய கிடையாதா? => Does not it do Work?

நாங்கள் காமெடி செய்கிறோம் => We do Comedy
நாங்கள் காமெடி செய்ய கிடையாதா? => Do not we do Comedy?

நீ தவறு செய்கிறாய் => You do Wrong
நீ தவறு செய்ய கிடையாதா? => Do not you do Wrong?

அவர்கள் சலவை செய்கிறார்கள் => They do Washing
அவர்கள் சலவை செய்ய கிடையாதா? => Do not they do Washing?

அவை வேலை செய்கின்றன => They do Work
அவை வேலை செய்ய கிடையாதா? => Do not they do Work?

26. செய் + இல்லை + ஆ (கடந்தகாலம்)

=> Did not I do?
செய்ய + இல்லை + ஆ => Did not he/she/it do?
=> Did not We/You/They do?

நான் => I
அவன்/அவள்/அது => He/She/It
நாங்கள்/நீங்கள்/அவர்கள்/அவை => We/You/They/They

நான் யோகா செய்தேன் => I did Yoga
நான் யோகா செய்ய வில்லையா? => Did not I do Yoga?

அவன் உடற்பயிற்சி செய்தான் => He did Exercise
அவன் உடற்பயிற்சி செய்ய வில்லையா? => Did not he do Exercise?

அவள் சமையல் செய்தாள் => She did Cooking
அவள் சமையல் செய்ய வில்லையா? => Did not she do Cooking?

அது வேலை செய்தது => It did Work
அது வேலை செய்ய வில்லையா? => Did not it do Work?

நாங்கள் காமெடி செய்தோம் => We did Comedy
நாங்கள் காமெடி செய்ய வில்லையா? => Did not we do Comedy?

நீ தவறு செய்தாய் => You did Wrong
நீ தவறு செய்ய வில்லையா? => Did not you do Wrong?

அவர்கள் சலவை செய்தார்கள் => They did Washing
அவர்கள் சலவை செய்ய வில்லையா? => Did not they do Washing?

அவை வேலை செய்தன => They did Work
அவை வேலை செய்ய வில்லையா? => Did not they do Work?

27. செய் + மாட் + ஆ (எதிர்காலம்)

செய்ய + மாட் ஏன் / ஆன்/ஆள்/அது / ஓம்/ஆய்/ஆர்கள்/அன + ஆ
=> Will not I do?
=> Will not he/she/it do?
=> Will not we/you/they do?

ஏன் => நான்
ஆன்/ஆள்/அது => அவன்/அவள்/அது
ஓம்/ஆய்/ஆர்கள்/அன => நாங்கள்/நீங்கள்/அவர்கள்/அவை

நான் => I
அவன்/அவள்/அது => He/She/It
நாங்கள்/நீங்கள்/அவர்கள்/அவை => We/You/They/They

நான் யோகா செய்வேன் => I will do Yoga
நான் யோகா செய்ய மாட்டேனா? => Will not I do Yoga?

அவன் உடற்பயிற்சி செய்வான் => He will do Exercise
அவன் உடற்பயிற்சி செய்ய மாட்டானா? => Will not he do Exercise?

அவள் சமையல் செய்வாள் => She will do Cooking
அவள் சமையல் செய்ய மாட்டாளா? => Will not she do Cooking?

அது வேலை செய்யும் => It will do Work
அது வேலை செய்ய மாட்டாதா? => Will not it do Work?

நாங்கள் காமெடி செய்வோம் => We will do Comedy
நாங்கள் காமெடி செய்ய மாட்டோமா? => Will not we do Comedy?

நீ தவறு செய்வாய் => You will do Wrong
நீ தவறு செய்ய மாட்டாயா? => Will not you do Wrong?

அவர்கள் சலவை செய்வார்கள் => They will do Washing
அவர்கள் சலவை செய்ய மாட்டார்களா? => Will not they do Washing?

அவை வேலை செய்யும் => They will do Work
அவை வேலை செய்ய மாட்டனவா? => Will not they do Work?

28. செய் (எழுதும்போது மற்றும் பேசும்போது)

எழுதும்போது:

I do not => ஐ டூ நாட்

He does not => ஹி டஸ் நாட்
She does not => ஷி டஸ் நாட்
It does not => இட் டஸ் நாட்

We do not => வீ டூ நாட்
You do not => யூ டூ நாட்
They do not => தே டூ நாட்

I did not do => ஐ டிட் நாட் டூ
He did not do => ஹி டிட் நாட் டூ
She did not do => ஷி டிட் நாட் டூ
It did not do => இட் டிட் நாட் டூ
We did not do => வீ டிட் நாட் டூ
You did not do => யூ டிட் நாட் டூ
They did not do => தே டிட் நாட் டூ

I will not do => ஐ வில் நாட் டூ
He will not do => ஹி வில் நாட் டூ
She will not do => ஷி வில் நாட் டூ
It will not do => இட் வில் நாட் டூ
We will not do => வீ வில் நாட் டூ
You will not do => யூ வில் நாட் டூ
They will not do => தே வில் நாட் டூ

பேசும்போது:

I don't => ஐ டோன்ட்

He doesn't => ஹி டஸின்ட்
She doesn't => ஷி டஸின்ட்
It doesn't => இட் டஸின்ட்

We don't => வீ டோன்ட்
You don't => யூ டோன்ட்
They don't => தே டோன்ட்

I didn't do => ஐ டிடின்ட் டூ
He didn't do => ஹி டிடின்ட் டூ
She didn't do => ஷி டிடின்ட் டூ
It didn't do => இட் டிடின்ட் டூ
We didn't do => வீ டிடின்ட் டூ
You didn't do => யூ டிடின்ட் டூ
They didn't do => தே டிடின்ட் டூ

I won't do => ஐ வோன்ட் டூ
He won't do => ஹி வோன்ட் டூ
She won't do => ஷி வோன்ட் டூ
It won't do => இட் வோன்ட் டூ
We won't do => வீ வோன்ட் டூ
You won't do => யூ வோன்ட் டூ
They won't do => தே வோன்ட் டூ

5

அடை

29. அடை

அடை => அடைதல்
பெறுதல்
கொண்டிருத்தல்
வைத்திருத்தல்
பெற்றிருத்தல்
உட்கொள்ளுதல்
அனுபவித்தல்

நிகழ்காலம் => have, has
கடந்தகாலம் => had
எதிர்காலம் => will have

	கிற்	ஏன்	=> I have
		ஆன்/ஆள்/அது	=> He/She/It has
		ஓம்/ஆய்/ஆர்கள்/அன	=> We/You/They/They have
		ஏன்	=> I had
அடை	ந்	ஆன்/ஆள்/அது	=> He/She/It had
		ஓம்/ஆய்/ஆர்கள்/அன	=> We/You/They/They had
		ஏன்	=> I will have
	வ்	ஆன்/ஆள்/அது	=> He/She/It will have
		ஓம்/ஆய்/ஆர்கள்/அன	=> We/You/They/They will have

நான் => ஏன்
அவன்/அவள்/அது => ஆன்/ஆள்/அது
நாங்கள்/நீங்கள்/அவர்கள்/அவை => ஓம்/ஆய்/ஆர்கள்/அன

நான் => I
அவன்/அவள்/அது => He/She/It
நாங்கள்/நீங்கள்/அவர்கள்/அவை => We/You/They/They

30. அடை (நிகழ்காலம்)

		ஏன்	=> I have
அடை	கிற்	ஆன்/ஆள்/அது	=> He/She/It has
		ஓம்/ஆய்/ஆர்கள்/அன	=> We/You/They/They have

ஏன் => நான்
ஆன்/ஆள்/அது => அவன்/அவள்/அது
ஓம்/ஆய்/ஆர்கள்/அன => நாங்கள்/நீங்கள்/அவர்கள்/அவை

நான் => I
அவன்/அவள்/அது => He/She/It
நாங்கள்/நீங்கள்/அவர்கள்/அவை => We/You/They/They

நான் ஒரு கார் வைத்துள்ளேன் => I have a car

அவன் காபீ உட்கொள்கிறான் => He has coffee

அவள் குளியல் பெறுகிறாள் => She has shower

அது வலி அனுபவிக்கிறது => It has pain

நாங்கள் உறங்கி கொண்டிருக்கிறோம் => We have sleep

நீ நம்பிக்கை வைத்துள்ளாய் => You have faith

அவர்கள் குழந்தைகள் பெற்றுள்ளார்கள் => They have babies

அவை இலக்கை அடைகின்றன => They have destination

31. அடை (கடந்தகாலம்)

	ஏன்	=> I had
அடை ந்	ஆன்/ஆள்/அது	=> He/She/It had
	ஓம்/ஆய்/ஆர்கள்/அன	=> We/You/They/They had

ஏன் => நான்
ஆன்/ஆள்/அது => அவன்/அவள்/அது
ஓம்/ஆய்/ஆர்கள்/அன => நாங்கள்/நீங்கள்/அவர்கள்/அவை

நான் => I
அவன்/அவள்/அது => He/She/It
நாங்கள்/நீங்கள்/அவர்கள்/அவை => We/You/They/They

நான் ஒரு கார் வைத்திருந்தேன் => I had a car

அவன் காபீ உட்கொண்டான் => He had coffee

அவள் குளியல் பெற்றாள் => She had shower

அது வலி அனுபவித்தது => It had pain

நாங்கள் உறங்கம் கொண்டோம் => We had sleep

நீ நம்பிக்கை வைத்திருந்தாய் => You had faith

அவர்கள் குழந்தைகள் பெற்றிருந்தார்கள் => They had babies

அவை இலக்கை அடைந்தன => They had destination

32. அடை (எதிர்காலம்)

	ஏன்	=> I will have
அடை வ்	ஆன்/ஆள்/உம்	=> He/She/It will have
	ஓம்/ஆய்/ஆர்கள்/உம்	=> We/You/They/They will have

ஏன் => நான்
ஆன்/ஆள்/கும் => அவன்/அவள்/அது
ஓம்/ஆய்/ஆர்கள்/கும் => நாங்கள்/நீங்கள்/அவர்கள்/அவை

நான் => I
அவன்/அவள்/அது => He/She/It
நாங்கள்/நீங்கள்/அவர்கள்/அவை => We/You/They/They

நான் ஒரு கார் வைத்திருப்பேன் => I will have a car

அவன் காபீ உட்கொள்வான் => He will have coffee

அவள் குளியல் பெறுவாள் => She will have shower

அது வலி அனுபவிக்கும் => It will have pain

நாங்கள் உறங்கம் கொள்வோம் => We will have sleep

நீ நம்பிக்கை வைத்திருப்பாய் => You will have faith

அவர்கள் குழந்தைகள் பெறுவார்கள் => They will have babies

அவை இலக்கை அடையும் => They will have destination

33. அடை + ஆ (நிகழ்காலம்)

ஏன் => Have I?
அடை கிற் ஆன்/ஆள்/அது + ஆ => Has he/she/it?
ஓம்/ஆய்/ஆர்கள்/அன => Have we/you/they?

I have => நான் அடைகிறேன்
Have I? => நான் அடைகிறேனா?

He has => அவன் அடைகிறான்
Has he? => அவன் அடைகிறானா?

She has => அவள் அடைகிறாள்
Has she? => அவள் அடைகிறாளா?

It has => அது அடைகிறது
Has it?=> அது அடைகிறதா?

We have =>நாங்கள் அடைகிறோம்
Have we? => நாங்கள் அடைகிறோமா?

You have => நீ அடைகிறாய்
Have you? => நீ அடைகிறாயா?

They have => அவர்கள் அடைகிறார்கள்
Have they? =>அவர்கள் அடைகிறார்களா?

They have => அவை அடைகின்றன
Have they? => அவை அடைகின்றனவா ?

நான் <u>வைத்துள்ளேனா?</u> => Have I?

அவன் <u>உட்கொள்கிறானா?</u> => Has he?

அவள் <u>பெறுகிறாளா?</u> => Has she?

அது <u>அனுபவிக்கிறதா?</u> => Has it?

நாங்கள் <u>கொண்டிருக்கிறோமா?</u> => Have we?

நீ <u>வைத்துள்ளாயா?</u> => Have you?

அவர்கள் <u>பெற்றுள்ளார்களா?</u> => Have they?

அவை <u>அடைகின்றனவா?</u> => Have they?

34. அடை + ஆ (கடந்தகாலம்)

ஏன் => Had I?
அடை ந் ஆன்/ஆள்/அது + ஆ => Had he/she/it?
ஓம்/ஆய்/ஆர்கள்/அன => Had we/you/they?

I have => நான் அடைகிறேன்
Had I? => நான் அடைகிறேனா?

He has => அவன் அடைகிறான்
Had he? => அவன் அடைகிறானா?

She has => அவள் அடைகிறாள்
Had she? => அவள் அடைகிறாளா?

It has => அது அடைகிறது
Had it?=> அது அடைகிறதா?

We have =>நாங்கள் அடைகிறோம்
Had we? => நாங்கள் அடைகிறோமா?

You have => நீ அடைகிறாய்
Had you? => நீ அடைகிறாயா?

They have => அவர்கள் அடைகிறார்கள்
Had they? =>அவர்கள் அடைகிறார்களா?

They have => அவை அடைகின்றன
Had they? => அவை அடைகின்றனவா ?

நான் வைத்திருந்தேனா? => Had I?

அவன் உட்கொண்டானா? => Had he?

அவள் பெற்றாளா? => Had she?

அது அனுபவித்ததா? => Had it?

நாங்கள் கொண்டிருந்தோமா? => Had we?

நீ வைத்திருந்தாயா? => Had you?

அவர்கள் பெற்றிருந்தார்களா? => Had they?

அவை அடைந்தனவா? => Had they?

35. அடை + ஆ (எதிர்காலம்)

	ஏன்		=> Will I have?
அடை வ்	ஆன்/ஆள்/உம்	+ ஆ	=> Will he/she/it have?
	ஓம்/ஆய்/ஆர்கள்/உம்		=> Will we/you/they have?

I will have => நான் அடைவேன்
Will I have? => நான் அடைவேனா?

He will have=> அவன் அடைவான்
Will he have? => அவன் அடைவானா?

She will have=> அவள் அடைவாள்
Will she have? => அவள் அடைவாளா?

It will have=> அது அடையும்
Will it have?=> அது அடையுமா?

We will have=>நாங்கள் அடைவோம்
Will we have? => நாங்கள் அடைவோமா?

You will have=> நீ அடைவாய்
Will you have? => நீ அடைவாயா?

They will have=> அவர்கள் அடைவார்கள்
Will they have? =>அவர்கள் அடைவார்களா?

They will have=> அவை அடையும்
Will they have? => அவை அடையுமா?

நான் வைத்திருப்பேனா? => Will I have?

அவன் உட்கொள்வானா? => Will he have?

அவள் பெறுவாளா? => Will she have?

அது அனுபவிக்குமா? => Will it have?

நாங்கள் கொண்டிருபோமா? => Will we have?

நீ வைத்திருப்பாயா? => Will you have?

அவர்கள் பெற்றிருப்பார்களா? => Will they have?

அவை அடையுமா? => Will they have?

36. அடை + கிடையாது (நிகழ்காலம்)

அடைய + கிடையாது => I have not
=> He/She/It has not
=> We/You/They have not

நான் => I
அவன்/அவள்/அது => He/She/It
நாங்கள்/நீங்கள்/அவர்கள்/அவை => We/You/They/They

நான் ஒரு கார் வைத்துள்ளேன் => I have a car
நான் ஒரு கார் வைத்திருக்க கிடையாது => I have not a car

அவன் காபீ உட்கொள்கிறான் => He has coffee
அவன் காபீ உட்கொள்ள கிடையாது => He has not coffee

அவள் குளியல் பெறுகிறாள் => She has shower
அவள் குளியல் பெற கிடையாது => She has not shower

அது வலி அனுபவிக்கிறது => It has pain
அது வலி அனுபவிக்க கிடையாது => It has not pain

நாங்கள் உறங்கி கொண்டிருக்கிறோம் => We have sleep
நாங்கள் உறங்கி கொண்டிருக்க கிடையாது => We have not sleep

நீ நம்பிக்கை வைத்துள்ளாய் => You have faith
நீ நம்பிக்கை வைத்திருக்க கிடையாது => You have not faith

அவர்கள் குழந்தைகள் பெற்றுள்ளார்கள் => They have babies
அவர்கள் குழந்தைகள் பெற கிடையாது => They have not babies

அவை இலக்கை அடைகின்றன => They have destination
அவை இலக்கை அடைய கிடையாது => They have not destination

37. அடை + இல்லை (கடந்தகாலம்)

=> I had not
அடைய + இல்லை => He/She/It had not
=> We/You/They had not

நான் => I
அவன்/அவள்/அது => He/She/It
நாங்கள்/நீங்கள்/அவர்கள்/அவை => We/You/They/They

நான் ஒரு கார் வைத்திருந்தேன் => I had a car
நான் ஒரு கார் வைத்திருக்க வில்லை => I had not a car

அவன் காபீ உட்கொண்டான் => He had coffee
அவன் காபீ உட்கொள்ள வில்லை => He had not coffee

அவள் குளியல் பெற்றாள் => She had shower
அவள் குளியல் பெற வில்லை => She had not shower

அது வலி அனுபவித்தது => It had pain
அது வலி அனுபவிக்க வில்லை => It had not pain

நாங்கள் உறங்கம் கொண்டோம் => We had sleep
நாங்கள் உறங்கம் கொள்ள வில்லை => We had not sleep

நீ நம்பிக்கை வைத்திருந்தாய் => You had faith
நீ நம்பிக்கை வைக்க வில்லை => You had not faith

அவர்கள் குழந்தைகள் பெற்றிருந்தார்கள் => They had babies
அவர்கள் குழந்தைகள் பெற வில்லை => They had not babies

அவை இலக்கை அடைந்தன => They had destination
அவை இலக்கை அடைய வில்லை => They had not destination

38. அடை + மாட் (எதிர்காலம்)

ஏன் => I will not have
அடைய + மாட் ஆன்/ஆள்/அது => He/She/It will not have
ஓம்/ஆய்/ஆர்கள்/அன => We/You/They will not have

ஏன் => நான்
ஆன்/ஆள்/அது => அவன்/அவள்/அது
ஓம்/ஆய்/ஆர்கள்/அன => நாங்கள்/நீங்கள்/அவர்கள்/அவை

நான் => I
அவன்/அவள்/அது => He/She/It
நாங்கள்/நீங்கள்/அவர்கள்/அவை => We/You/They/They

நான் ஒரு கார் வைத்திருப்பேன் => I will have a car
நான் ஒரு கார் வைத்திருக்க மாட்டேன் => I will not have a car

அவன் காபீ உட்கொள்வான் => He will have coffee
அவன் காபீ உட்கொள்ள மாட்டான் => He will not have coffee

அவள் குளியல் பெறுவாள் => She will have shower
அவள் குளியல் பெற மாட்டாள் => She will not have shower

அது வலி அனுபவிக்கும் => It will have pain
அது வலி அனுபவிக்க மாட்டாது => It will not have pain

நாங்கள் உறங்கம் கொள்வோம் => We will have sleep
நாங்கள் உறங்கம் கொள்ள மாட்டோம்=>We will not have sleep

நீ நம்பிக்கை வைத்திருப்பாய் => You will have faith
நீங்கள் நம்பிக்கை வைத்திருக்க மாட்டாய் => You will not have faith

அவர்கள் குழந்தைகள் பெறுவார்கள் => They will have babies
அவர்கள் குழந்தைகள் பெற மாட்டார்கள் => They will not have babies

அவை இலக்கை அடையும் => They will have destination
அவை இலக்கை அடைய மாட்டன => They will not have destination

39. அடை + கிடையாது + ஆ (நிகழ்காலம்)

அடைய + கிடையாது + ஆ => Have not I?
=> Has not he/she/it?
=> Have not we/you/they?

நான் => I
அவன்/அவள்/அது => He/She/It
நாங்கள்/நீங்கள்/அவர்கள்/அவை => We/You/They/They

நான் வைத்துள்ளேன் => I have
நான் வைத்திருக்க கிடையாதா? => Have not I?

அவன் உட்கொள்கிறான் => He has
அவன் உட்கொள்ள கிடையாதா? => Has not he?

அவள் பெறுகிறாள் => She has
அவள் பெற கிடையாதா? => Has not she?

அது அனுபவிக்கிறது => It has
அது அனுபவிக்க கிடையாதா? => Has not it?

நாங்கள் கொண்டிருக்கிறோம் => We have
நாங்கள் கொண்டிருக்க கிடையாதா? => Have not we?

நீ வைத்துள்ளாய் => You have
நீ வைத்திருக்க கிடையாதா? => Have not you?

அவர்கள் பெற்றுள்ளார்கள் => They have
அவர்கள் பெற கிடையாதா? => Have not they?

அவை அடைகின்றன => They have
அவை அடைய கிடையாதா? => Have not they?

40. அடை+ இல்லை + ஆ (கடந்தகாலம்)

=> Had not I?
அடைய + இல்லை +ஆ => He/She/It had not
=> We/You/They had not

நான் => I
அவன்/அவள்/அது => He/She/It
நாங்கள்/நீங்கள்/அவர்கள்/அவை => We/You/They/They

நான் வைத்திருந்தேன் => I had
நான் வைத்திருக்க வில்லையா? => Had not I?

அவன் உட்கொண்டான் => He had
அவன் உட்கொள்ள வில்லையா? => Had not he?

அவள் பெற்றாள் => She had
அவள் பெற வில்லையா? => Had not she?

அது அனுபவித்தது => It had pain
அது அனுபவிக்க வில்லையா? => Had not it?

நாங்கள் கொண்டோம் => We had
நாங்கள் கொள்ள வில்லையா? => Had not we?

நீ வைத்திருந்தாய் => You had
நீ வைக்க வில்லையா? => Had not you?

அவர்கள் பெற்றிருந்தார்கள் => They had
அவர்கள் பெற வில்லையா? => Had not they?

அவை அடைந்தன => They had
அவை அடைய வில்லையா? => Had not they?

41. அடை + மாட் +ஆ (எதிர்காலம்)

	ஏன்		=> Will not I have?
அடைய + மாட்	ஆன்/ஆள்/அது	+ ஆ	=> Will not he/she/it have?
	ஓம்/ஆய்/ஆர்கள்/அன		=> Will not we/you/they have?

ஏன் => நான்
ஆன்/ஆள்/அது => அவன்/அவள்/அது
ஓம்/ஆய்/ஆர்கள்/அன => நாங்கள்/நீங்கள்/அவர்கள்/அவை

நான் => I
அவன்/அவள்/அது => He/She/It
நாங்கள்/நீங்கள்/அவர்கள்/அவை => We/You/They/They

நான் வைத்திருப்பேன் => I will have
நான் வைத்திருக்க மாட்டேனா? => Will not I have?

அவன் உட்கொள்வான் => He will have
அவன் உட்கொள்ள மாட்டானா? => Will not he have?

அவள் பெறுவாள் => She will have
அவள் பெற மாட்டாளா? => Will not she have?

அது அனுபவிக்கும் => It will have
அது அனுபவிக்க மாட்டாதா? =>Will not it have?

நாங்கள் கொள்வோம் => We will have
நாங்கள் கொள்ள மாட்டோமா?=> Will not we have?

நீ வைத்திருப்பாய் => You will have
நீ வைத்திருக்க மாட்டாயா? => Will not you have?

அவர்கள் பெறுவார்கள் => They will have
அவர்கள் பெற மாட்டார்களா? => Will not they have?

அவை அடையும் => They will have
அவை அடைய மாட்டனவா? => Will not they have?

42. அடை (எழுதும்போது மற்றும் பேசும்போது)

எழுதும்போது:	பேசும்போது:
I have => ஐ ஏவ்	I've => ஐவ்
He has => ஹி ஏஸ்	He's => ஹிஸ்
She has => ஷி ஏஸ்	She's => ஷிஸ்
It has => இட் ஏஸ்	It's => இட்ஸ்
We have => வீ ஏவ்	We've => வீவ்
You have => யூ ஏவ்	You've => யூவ்
They have => தே ஏவ்	They've => தேவ்
I have not => ஐ ஏவ் நாட்	I haven't => ஐ ஏவென்ட்
He has not => ஹி ஏஸ் நாட்	He hasn't => ஹி ஏஸின்ட்
She has not => ஷி ஏஸ் நாட்	She hasn't => ஷி ஏஸின்ட்
It has not => இட் ஏஸ் நாட்	It hasn't => இட் ஏஸின்ட்
We have not => வீ ஏவ் நாட்	We haven't => வீ ஏவென்ட்
You have not => யூ ஏவ் நாட்	You haven't => யூ ஏவென்ட்
They have not => தே ஏவ் நாட்	They haven't => தே ஏவென்ட்
I had not => ஐ ஏட் நாட்	I hadn't => ஐ ஏடின்ட்
He had not => ஹி ஏட் நாட்	He hadn't => ஹி ஏடின்ட்
She had not => ஷி ஏட் நாட்	She hadn't => ஷி ஏடின்ட்
It had not => இட் ஏட் நாட்	It hadn't => இட் ஏடின்ட்
We had not => வீ ஏட் நாட்	We hadn't => வீ ஏடின்ட்
You had not => யூ ஏட் நாட்	You hadn't => யூ ஏடின்ட்
They had not => தே ஏட் நாட்	They hadn't => தே ஏடின்ட்

6

பார், ஓடி, எழுதி, etc.

43. பார், ஓடி, எழுதி, etc.

நிகழ்காலம் => see, run, write, etc.
கடந்தகாலம் => saw, ran, wrote, etc.
எதிர்காலம் => will see, will run, will write, etc.

ஏன் => I see
கிற் ஆன்/ஆள்/அது => He/She/It sees
ஓம்/ஆய்/ஆர்கள்/அன => We/You/They/They see

ஏன் => I saw
பார் த் ஆன்/ஆள்/அது => He/She/It saw
ஓம்/ஆய்/ஆர்கள்/அன => We/You/They/They saw

ஏன் => I will see
ப் ஆன்/ஆள்/அது => He/She/It will see
ஓம்/ஆய்/ஆர்கள்/அன => We/You/They/They will see

ஏன் => I run
கிற் ஆன்/ஆள்/அது => He/She/It runs
ஓம்/ஆய்/ஆர்கள்/அன => We/You/They/They run

ஏன் => I ran
ஓடி / ஓடு ண் ஆன்/ஆள்/அது => He/She/It ran
ஓம்/ஆய்/ஆர்கள்/அன => We/You/They/They ran

ஏன் => I will run
வ் ஆன்/ஆள்/அது => He/She/It will run
ஓம்/ஆய்/ஆர்கள்/அன => We/You/They/They will run

....
எழுது / எழுதி ....
....

....
....
....

44. பார்/ஓடி/எழுதி/etc. (நிகழ்காலம்)

	ஏன்	=> I see
பார்க்கிற்	ஆன்/ஆள்/அது	=> He/She/It sees
	ஓம்/ஆய்/ஆர்கள்/அன	=> We/You/They/They see

	ஏன்	=> I run
ஓடுகிற்	ஆன்/ஆள்/அது	=> He/She/It runs
	ஓம்/ஆய்/ஆர்கள்/அன	=> We/You/They/They run

	ஏன்	=> I write
எழுதுகிற்	ஆன்/ஆள்/அது	=> He/She/It writes
	ஓம்/ஆய்/ஆர்கள்/அன	=> We/You/They/They write

....
....
....

நான் பார்க்கிறேன் => I see. | நாங்கள் பார்க்கிறோம் => We see.
அவன் பார்க்கிறான் => He sees. |நீ / நீங்கள் பார்க்கிறாய் => You see.
அவள் பார்க்கிறாள் => She sees. | அவர்கள் பார்க்கிறார்கள் => They see.
அது பார்க்கிறது => It sees. | அவை பார்க்கின்றன => They see.

நான் ஓடுகிறேன் => I run. | நாங்கள் ஓடுகிறோம் => We run.
அவன் ஓடுகிறான் => He runs. |நீ / நீங்கள் ஓடுகிறாய் => You run.
அவள் ஓடுகிறாள் => She runs. | அவர்கள் ஓடுகிறார்கள் => They run.
அது ஓடுகிறது => It runs. | அவை ஓடுகின்றன => They run.

நான் எழுதுகிறேன் => I write. | நாங்கள் எழுதுகிறோம் => We write.
அவன் எழுதுகிறான் => He writes. |நீ / நீங்கள் எழுதுகிறாய் => You write.
அவள் எழுதுகிறாள் => She writes. | அவர்கள் எழுதுகிறார்கள் => They write.
அது எழுதுகிறது => It writes. | அவை எழுதுகின்றன => They write.

....
....
....

45. பார்/ஓடி/எழுதி/etc. (கடந்தகாலம்)

	ஏன்	=> I saw
பார்த்	ஆன்/ஆள்/அது	=> He/She/It saw
	ஓம்/ஆய்/ஆர்கள்/அன	=> We/You/They/They saw

	ஏன்	=> I ran
ஓடின்	ஆன்/ஆள்/அது	=> He/She/It ran
	ஓம்/ஆய்/ஆர்கள்/அன	=> We/You/They/They ran

	ஏன்	=> I wrote
எழுதின்	ஆன்/ஆள்/அது	=> He/She/It wrote
	ஓம்/ஆய்/ஆர்கள்/அன	=> We/You/They/They wrote

....
....
....

நான் பார்த்தேன் => I saw. | நாங்கள் பார்த்தோம் => We saw.
அவன் பார்த்தான் => He saw. |நீ / நீங்கள் பார்த்தாய் => You saw.
அவள் பார்த்தாள் => She saw. | அவர்கள் பார்த்தார்கள் => They saw.
அது பார்த்தது => It saw. | அவை பார்த்தன => They saw.

நான் ஓடினேன் => I ran. | நாங்கள் ஓடினோம் => We ran.
அவன் ஓடினான் => He ran. |நீ / நீங்கள் ஓடினாய் => You ran.
அவள் ஓடினாள் => She ran. | அவர்கள் ஓடினார்கள் => They ran.
அது ஓடியது => It ran. | அவை ஓடின => They ran.

நான் எழுதினேன் => I wrote. | நாங்கள் எழுதினோம் => We wrote.
அவன் எழுதினான் => He wrote. |நீ / நீங்கள் எழுதினாய் => You wrote.
அவள் எழுதினாள் => She wrote. | அவர்கள் எழுதினார்கள் => They wrote.
அது எழுதினது => It wrote. | அவை எழுதின => They wrote.

....
....
....

46. பார்/ஓடி/எழுதி/etc. (எதிர்காலம்)

ஏன் => I will see
பார்ப் ஆன்/ஆள்/கும் => He/She/It will see
ஓம்/ஆய்/ஆர்கள்/கும் => We/You/They/They will see

ஏன் => I will run
ஓடுவ் ஆன்/ஆள்/உம் => He/She/It will run
ஓம்/ஆய்/ஆர்கள்/உம் => We/You/They/They will run

ஏன் => I will write
எழுதுவ் ஆன்/ஆள்/உம் => He/She/It will write
ஓம்/ஆய்/ஆர்கள்/உம் => We/You/They/They will write

....
....
....

நான் பார்ப்பேன் => I will see. | நாங்கள் பார்ப்போம் => We will see.
அவன் பார்ப்பான் => He will see. |நீ / நீங்கள் பார்ப்பாய் => You will see.
அவள் பார்ப்பாள் => She will see. | அவர்கள் பார்ப்பார்கள் => They will see.
அது பார்க்கும் => It will see. | அவை பார்க்கும் => They will see.

நான் ஓடுவேன் => I will run. | நாங்கள் ஓடுவோம் => We will run.
அவன் ஓடுவான் => He will run. |நீ / நீங்கள் ஓடுவாய் => You will run.
அவள் ஓடுவாள் => She will run. | அவர்கள் ஓடுவார்கள் => They will run.
அது ஓடும் => It will run. | அவை ஓடும் => They will run.

நான் எழுதுவேன் => I will write. | நாங்கள் எழுதுவோம் => We will write.
அவன் எழுதுவான் => He will write. | நீ/நீங்கள் எழுதுவாய் => You will write.
அவள் எழுதுவாள் => She will write. | அவர்கள் எழுதுவார்கள் => They will write.
அது எழுதும் => It will write. | அவை எழுதும் => They will write.

....
....
....

47. பார்/ஓடி/எழுதி/etc. + ஆ (நிகழ்காலம்)

		ஏன்		=> Do I see/run/write?
பார்/ஓடி/எழுதி	கிற்	ஆன்/ஆள்/அது	+ ஆ	=> Does he/she/it see/run/write?
		ஓம்/ஆய்/ஆர்கள்/அன		=> Do we/you/they see/run/write?

I see/run/write=> நான் பார்க்கிறேன்/ஓடுகிறேன்/எழுதுகிறேன்
Do I see/run/write? => நான் பார்க்கிறேனா?/ஓடுகிறேனா?/எழுதுகிறேனா?

He sees/runs/writes=> அவன் பார்க்கிறான்/ஓடுகிறான்/எழுதுகிறான்
Does he see/run/write? => அவன் ஓடுகிறானா?/பார்க்கிறானா?/எழுதுகிறானா?

She sees/runs/writes=> அவள் பார்க்கிறாள்/ஓடுகிறாள்/எழுதுகிறாள்
Does she see/run/write? => அவள் பார்க்கிறாளா?/ஓடுகிறாளா?/எழுதுகிறாளா?

It sees/runs/writes=> அது பார்க்கிறது/ஓடுகிறது/எழுதுகிறது
Does it see/run/write?=> அது பார்க்கிறதா?/ஓடுகிறதா?/எழுதுகிறதா?

We see/run/write
நாங்கள் பார்க்கிறோம்/ஓடுகிறோம்/எழுதுகிறோம்
Do we see/run/write?
நாங்கள் பார்க்கிறோமா?/ஓடுகிறோமா?/எழுதுகிறோமா?

You see/run/write
நீ பார்க்கிறாய்/ஓடுகிறாய்/எழுதுகிறாய்
Do you see/run/write?
நீ பார்க்கிறாயா?/ஓடுகிறாயா?/எழுதுகிறாயா?

They see/run/write
அவர்கள் பார்க்கிறார்கள்/ஓடுகிறார்கள்/எழுதுகிறார்கள்
Do they see/run/write?
அவர்கள் பார்க்கிறார்களா?/ஓடுகிறார்களா?/எழுதுகிறார்களா?

They see/run/write
அவை பார்க்கின்றன/ஓடுகின்றன/எழுதுகின்றன
Do they see/run/write?
அவை பார்க்கின்றனவா?/ஓடுகின்றனவா?/எழுதுகின்றனவா?

48. பார்/ஓடி/எழுதி/etc. + ஆ (கடந்தகாலம்)

		ஏன்		=> Did I see/run/write?
பார்/ஓடி/எழுதி	த்/ன்	ஆன்/ஆள்/அது	+ ஆ	=> Did he/she/it see/run/write?
		ஓம்/ஆய்/ஆர்கள்/அன		=> Did we/you/they see/run/write?

I saw/ran/wrote=> நான் பார்த்தேன்/ஓடினேன்/எழுதினேன்
Did I see/run/write? => நான் பார்த்தேனா?/ஓடினேனா?/எழுதினேனா?

He saw/ran/wrote=> அவன் பார்த்தான்/ஓடினான்/எழுதினான்
Did he see/run/write? => அவன் பார்த்தானா?/ஓடினானா?/எழுதினானா?

She saw/ran/wrote=> அவள் பார்த்தாள்/ஓடினாள்/எழுதினாள்
Did she see/run/write? => அவள் பார்த்தாளா?/ஓடினாளா?/எழுதினாளா?

It saw/ran/wrote=> அது பார்த்தது/ஓடியது/எழுதியது
Did it see/run/write?=> அது பார்த்ததா?/ஓடியதா?/எழுதியதா?

We saw/ran/wrote
நாங்கள் பார்த்தோம்/ஓடினோம்/எழுதினோம்
Did we see/run/write?
நாங்கள் பார்த்தோமா?/ஓடினோமா?/எழுதினோமா?

You saw/ran/wrote
நீ பார்த்தாய்/ஓடினாய்/எழுதினாய்
Did you see/run/write?
நீ பார்த்தாயா?/ஓடினாயா?/எழுதினாயா?

They saw/ran/wrote
அவர்கள் பார்த்தார்கள்/ஓடினார்கள்/எழுதினார்கள்
Did they see/run/write?
அவர்கள் பார்த்தார்களா?/ஓடினார்களா?/எழுதினார்களா?

They saw/ran/wrote
அவை பார்த்தன/ஓடின/எழுதின
Did they see/run/write?
அவை பார்த்தனவா?/ஓடினவா?/எழுதினவா?

49. பார்/ஓடி/எழுதி/etc. + ஆ (எதிர்காலம்)

		ஏன்		=> Will I see/run/write?
பார்/ஓடி/எழுதி	ப்/வ்	ஆன்/ஆள்/உம்	+ ஆ	=> Will he/she/it see/run/write?
		ஓம்/ஆய்/ஆர்கள்/உம்		=> Will we/you/they see/run/write?

I will see/run/write=> நான் பார்ப்பேன்/ஓடுவேன்/எழுதுவேன்
Will I see/run/write? => நான் பார்ப்பேனா?/ஓடுவேனா?/எழுதுவேனா?

He will see/run/write=> அவன் பார்ப்பான்/ஓடுவான்/எழுதுவான்
Will he see/run/write? => அவன் பார்ப்பானா?/ஓடுவானா?/எழுதுவானா?

She will see/run/write=> அவள் பார்ப்பாள்/ஓடுவாள்/எழுதுவாள்
Will she see/run/write? => அவள் பார்ப்பாளா?/ஓடுவாளா?/எழுதுவாளா?

It will see/run/write=> அது பார்க்கும்/ஓடும்/எழுதும்
Will it see/run/write?=> அது பார்க்குமா?/ஓடுமா?/எழுதுமா?

We will see/run/write
நாங்கள் பார்ப்போம்/ஓடுவோம்/எழுதுவோம்
Will we see/run/write?
நாங்கள் பார்ப்போமா?/ஓடுவோமா?/எழுதுவோமா?

You will see/run/write
நீ பார்ப்பாய்/ஓடுவாய்/எழுதுவாய்
Will you see/run/write?
நீ பார்ப்பாயா?/ஓடுவாயா?/எழுதுவாயா?

They will see/run/write
அவர்கள் பார்ப்பார்கள்/ஓடுவார்கள்/எழுதுவார்கள்
Will they see/run/write?
அவர்கள் பார்ப்பார்களா?/ஓடுவார்களா?/எழுதுவார்களா?

They will see/run/write
அவை பார்க்கும்/ஓடும்/எழுதும்
Will they see/run/write?
அவை பார்க்குமா?/ஓடுமா?/எழுதுமா?

50. பார்/ஓடி/எழுதி/etc. + கிடையாது (நிகழ்காலம்)

பார்க்க + கிடையாது
=> I do not see
=> He/She/It does not see
=> We/You/They/They do not see

ஓட + கிடையாது
=> I do not run
=> He/She/It does not run
=> We/You/They/They do not run

எழுத + கிடையாது
=> I do not write
=> He/She/It does not write
=> We/You/They/They do not write

....
....
....

பார் => see

நான்/நாங்கள்/நீ/அவர்கள் பார்க்க கிடையாது
I / We/You/They do not see
அவன்/அவள்/அது பார்க்க கிடையாது
He/She/It does not see

ஓடு => run

நான்/நாங்கள்/நீ/அவர்கள் ஓட கிடையாது
I / We/You/They do not run
அவன்/அவள்/அது ஓட கிடையாது
He/She/It does not run

எழுது => write

நான்/நாங்கள்/நீ/அவர்கள் எழுத கிடையாது
I / We/You/They do not write
அவன்/அவள்/அது எழுத கிடையாது
He/She/It does not write

....
....
....

51. பார்/ஓடி/எழுதி/etc. + இல்லை (கடந்தகாலம்)

பார்க்க + வில்லை => I did not see
=> He/She/It did not see
=> We/You/They/They did not see

ஓட + வில்லை => I did not run
=> He/She/It did not run
=> We/You/They/They did not run

எழுத + வில்லை => I did not write
=> He/She/It did not write
=> We/You/They/They did not write

....
....
....

பார் => saw

நான்/நாங்கள்/நீ/அவர்கள் பார்க்க வில்லை
I / We/You/They did not see
அவன்/அவள்/அது பார்க்க வில்லை
He/She/It did not see

ஓடு => ran

நான்/நாங்கள்/நீ/அவர்கள் ஓட வில்லை
I / We/You/They did not run
அவன்/அவள்/அது ஓட வில்லை
He/She/It did not run

எழுது => wrote

நான்/நாங்கள்/நீ/அவர்கள் எழுத வில்லை
I / We/You/They did not write
அவன்/அவள்/அது எழுத வில்லை
He/She/It did not write

....
....
....

52. பார்/ஓடி/எழுதி/etc. + மாட் (எதிர்காலம்)

ஏன் => I will not see
பார்க்க + மாட் ஆன்/ஆள்/அது => He/She/It will not see
ஓம்/ஆய்/ஆர்கள்/அன => We/You/They/They will not see

ஏன் => I will not run
ஓட + மாட் ஆன்/ஆள்/அது => He/She/It will not run
ஓம்/ஆய்/ஆர்கள்/அன => We/You/They/They will not run

ஏன் => I will not write
எழுத + மாட் ஆன்/ஆள்/அது => He/She/It will not write
ஓம்/ஆய்/ஆர்கள்/அன => We/You/They/They will not write

....
....
....

பார் => see

நான்/நாங்கள்/நீ/அவர்கள் பார்க்க மாட் டேன்/டோம்/டாய்/டார்கள்
I / We/You/They will not see
அவன்/அவள்/அது பார்க்க மாட் டான்/டாள்/டாது
He/She/It will not see

ஓடு => run

நான்/நாங்கள்/நீ/அவர்கள் ஓட மாட் டேன்/டோம்/டாய்/டார்கள்
I / We/You/They will not run
அவன்/அவள்/அது ஓட மாட் டான்/டாள்/டாது
He/She/It will not run

எழுது => write

நான்/நாங்கள்/நீ/அவர்கள் எழுத மாட் டேன்/டோம்/டாய்/டார்கள்
I / We/You/They will not write
அவன்/அவள்/அது எழுத மாட் டான்/டாள்/டாது
He/She/It will not write

....
....
....

53. பார்/ஓடி/எழுதி/etc. + கிடையாது + ஆ (நிகழ்காலம்)

பார்க்க + கிடையாது + ஆ => Do I not see?
=> Does he/she/it not see?
=> Do we/you/they not see?

ஓட + கிடையாது + ஆ => Do I not run?
=> Does he/she/it not run?
=> Do we/you/they not run?

எழுத + கிடையாது + ஆ => Do I not write?
=> Does he/she/it not write?
=> Do we/you/they not write?

....
....
....

பார் => see

நான்/நாங்கள்/நீ/அவர்கள் பார்க்க கிடையாதா?
Do I/we/you/they not see?
அவன்/அவள்/அது பார்க்க கிடையாதா?
Does he/she/it not see?

ஓடு => run

நான்/நாங்கள்/நீ/அவர்கள் ஓட கிடையாதா?
Do I/we/you/they not run?
அவன்/அவள்/அது ஓட கிடையாதா?
Does he/she/it not run?

எழுது => write

நான்/நாங்கள்/நீ/அவர்கள் எழுத கிடையாதா?
Do I/we/you/they not write?
அவன்/அவள்/அது எழுத கிடையாதா?
Does he/she/it not write?

....
....
....

54. பார்/ஓடி/எழுதி/etc. + இல்லை + ஆ (கடந்தகாலம்)

=> Did I not see?
பார்க்க + வில்லை + ஆ => Did he/she/it not see?
=> Did we/you/they not see?

=> Did I not run?
ஓட + வில்லை + ஆ => Did he/she/it not run?
=> Did we/you/they did not run?

=> Did I not write?
எழுத + வில்லை + ஆ => Did he/she/it not write?
=> Did we/you/they not write?

…. ……………. ……..
…. ……………. ……..
…. ……………. ……..

பார் => saw

நான்/நாங்கள்/நீ/அவர்கள் பார்க்க வில்லையா?
Did I/we/you/they not see?
அவன்/அவள்/அது பார்க்க வில்லையா?
Did he/she/it not see?

ஓடு => ran

நான்/நாங்கள்/நீ/அவர்கள் ஓட வில்லையா?
Did I/we/you/they not run?
அவன்/அவள்/அது ஓட வில்லையா?
Did he/she/it not run?

எழுது => wrote

நான்/நாங்கள்/நீ/அவர்கள் எழுத வில்லையா?
Did I/we/you/they not write?
அவன்/அவள்/அது எழுத வில்லையா?
Did he/she/it not write?

…. ……………. ……..
…. ……………. ……..
…. ……………. ……..

55. பார்/ஓடி/எழுதி/etc. + மாட் + ஆ (எதிர்காலம்)

			ஏன்		=> Will not I see?
பார்க்க	+	மாட்	ஆன்/ஆள்/அது	+ ஆ	=> Will not he/she/it see?
			ஓம்/ஆய்/ஆர்கள்/அன		=> Will not we/you/they see?

			ஏன்		=> Will not I run?
ஓட	+	மாட்	ஆன்/ஆள்/அது	+ ஆ	=> Will not he/she/it run?
			ஓம்/ஆய்/ஆர்கள்/அன		=> Will not we/you/they run?

			ஏன்		=> Will not I write?
எழுத	+	மாட்	ஆன்/ஆள்/அது	+ ஆ	=> Will not he/she/it write?
			ஓம்/ஆய்/ஆர்கள்/அன		=> Will not we/you/they write?

....
....
....

பார் => see

நான்/நாங்கள்/நீ/அவர்கள் பார்க்க மாட் டேனா?/டோமா?/டாயா?/டார்களா?
Will not I/we/you/they see?
அவன்/அவள்/அது பார்க்க மாட் டானா?/டாளா?/டாதா?
Will not he/she/it see?

ஓடு => run

நான்/நாங்கள்/நீ/அவர்கள் ஓட மாட் டேனா?/டோமா?/டாயா?/டார்களா?
Will not I/we/you/they run?
அவன்/அவள்/அது ஓட மாட் டானா?/டாளா?/டாதா?
Will not he/she/it run?

எழுது => write

நான்/நாங்கள்/நீ/அவர்கள் எழுத மாட் டேனா?/டோமா?/டாயா?/டார்களா?
Will not I/we/you/they write?
அவன்/அவள்/அது எழுத மாட் டானா?/டாளா?/டாதா?
Will not he/she/it write?

....
....
....

7

கொண்டு + இரு

56. கொண்டு + இரு

நிகழ்காலம் => am, is, are + see/run/write/etc. + ing
கடந்தகாலம் => was, were + see/run/write/etc. + ing
எதிர்காலம் => will be + see/run/write/etc. + ing

ஏன் => I am seeing
இருக்கிற் ஆன்/ஆள்/அது => He/She/It is seeing
ஓம்/ஆய்/ஆர்கள்/அன => We/You/They/They are seeing

ஏன் => I was seeing
பார்த்து+கொண்டு+இருந் ஆன்/ஆள்/அது => He/She/It was seeing
ஓம்/ஆய்/ஆர்கள்/அன=> We/You/They/They were seeing

ஏன் => I will be seeing
இருப் ஆன்/ஆள்/அது => He/She/It will be seeing
ஓம்/ஆய்/ஆர்கள்/அன => We/You/They/They will be seeing

ஏன் => I am running
இருக்கிற் ஆன்/ஆள்/அது => He/She/It is running
ஓம்/ஆய்/ஆர்கள்/அன => We/You/They/They are running

ஏன் => I was running
ஓடி+கொண்டு+இருந் ஆன்/ஆள்/அது => He/She/It was running
ஓம்/ஆய்/ஆர்கள்/அன => We/You/They/They were running

ஏன் => I will be running
இருப் ஆன்/ஆள்/அது => He/She/It will be running
ஓம்/ஆய்/ஆர்கள்/அன => We/You/They/They will be running

....
எழுதி ....
....

....
....
....

57. கொண்டு + இரு (நிகழ்காலம்)

ஏன் => I am seeing
பார்த்து+கொண்டு+இருக்கிற் ஆன்/ஆள்/அது => He/She/It is seeing
ஓம்/ஆய்/ஆர்கள்/அன => We/You/They are seeing

ஏன் => I am running
ஓடிக்+கொண்டு+இருக்கிற் ஆன்/ஆள்/அது => He/She/It is running
ஓம்/ஆய்/ஆர்கள்/அன => We/You/They are running

....
....
....

நான் பார்த்து கொண்டு இருக்கிறேன் => I am seeing.
அவன் பார்த்து கொண்டு இருக்கிறான் => He is seeing.
அவள் பார்த்து கொண்டு இருக்கிறாள் => She is seeing.
அது பார்த்து கொண்டு இருக்கிறது => It is seeing.
நாங்கள் பார்த்து கொண்டு இருக்கிறோம் => We are seeing.
நீ / நீங்கள் பார்த்து கொண்டு இருக்கிறாய் => You are seeing.
அவர்கள் பார்த்து கொண்டு இருக்கிறார்கள் => They are seeing.
அவை பார்த்து கொண்டு இருக்கின்றன => They are seeing.

நான் ஓடிக் கொண்டு இருக்கிறேன் => I am running.
அவன் ஓடிக் கொண்டு இருக்கிறான் => He is running.
அவள் ஓடிக் கொண்டு இருக்கிறாள் => She is running.
அது ஓடிக் கொண்டு இருக்கிறது => It is running.
நாங்கள் ஓடிக் கொண்டு இருக்கிறோம் => We are running.
நீ / நீங்கள் ஓடிக் கொண்டு இருக்கிறாய் => You are running.
அவர்கள் ஓடிக் கொண்டு இருக்கிறார்கள் => They are running.
அவை ஓடிக் கொண்டு இருக்கின்றன => They are running.

....
....
....

58. கொண்டு + இரு (கடந்தகாலம்)

	ஏன்	=> I was seeing
பார்த்து+கொண்டு+இருந்	ஆன்/ஆள்/அது	=> He/She/It was seeing
	ஓம்/ஆய்/ஆர்கள்/அன	=> We/You/They were seeing

	ஏன்	=> I was running
ஓடிக்+கொண்டு+இருந்	ஆன்/ஆள்/அது	=> He/She/It was running
	ஓம்/ஆய்/ஆர்கள்/அன	=> We/You/They were running

…. ……………. ……..
…. ……………. ……..
…. ……………. ……..

நான் பார்த்து கொண்டு இருந்தேன் => I was seeing.
அவன் பார்த்து கொண்டு இருந்தான் => He was seeing.
அவள் பார்த்து கொண்டு இருந்தாள் => She was seeing.
அது பார்த்து கொண்டு இருந்தது => It was seeing.
நாங்கள் பார்த்து கொண்டு இருந்தோம் => We were seeing.
நீ / நீங்கள் பார்த்து கொண்டு இருந்தாய் => You were seeing.
அவர்கள் பார்த்து கொண்டு இருந்தார்கள் => They were seeing.
அவை பார்த்து கொண்டு இருந்தன => They were seeing.

நான் ஓடிக் கொண்டு இருக்கிறேன் => I am running.
அவன் ஓடிக் கொண்டு இருக்கிறான் => He is running.
அவள் ஓடிக் கொண்டு இருக்கிறாள் => She is running.
அது ஓடிக் கொண்டு இருக்கிறது => It is running.
நாங்கள் ஓடிக் கொண்டு இருக்கிறோம் => We are running.
நீ / நீங்கள் ஓடிக் கொண்டு இருக்கிறாய் => You are running.
அவர்கள் ஓடிக் கொண்டு இருக்கிறார்கள் => They are running.
அவை ஓடிக் கொண்டு இருக்கின்றன => They are running.

…. ……………. ……..
…. ……………. ……..
…. ……………. ……..

59. கொண்டு + இரு (எதிர்காலம்)

ஏன் => I will be seeing
பார்த்து+கொண்டு+இருப் ஆன்/ஆள்/கும் => He/She/It will be seeing
ஓம்/ஆய்/ஆர்கள்/கும் => We/You/They will be seeing

ஏன் => I will be running
ஓடிக்+கொண்டு+இருப் ஆன்/ஆள்/கும் => He/She/It will be running
ஓம்/ஆய்/ஆர்கள்/கும் => We/You/They will be running

....
....
....

நான் பார்த்து கொண்டு இருப்பேன் => I will be seeing.
அவன் பார்த்து கொண்டு இருப்பான் => He will be seeing.
அவள் பார்த்து கொண்டு இருப்பாள் => She will be seeing.
அது பார்த்து கொண்டு இருக்கும் => It will be seeing.
நாங்கள் பார்த்து கொண்டு இருப்போம் => We will be seeing.
நீ / நீங்கள் பார்த்து கொண்டு இருப்பாய் => You will be seeing.
அவர்கள் பார்த்து கொண்டு இருப்பார்கள் => They will be seeing.
அவை பார்த்து கொண்டு இருக்கும் => They will be seeing.

நான் ஓடிக் கொண்டு இருப்பேன் => I will be running.
அவன் ஓடிக் கொண்டு இருப்பான் => He will be running.
அவள் ஓடிக் கொண்டு இருப்பாள் => She will be running.
அது ஓடிக் கொண்டு இருக்கும் => It will be running.
நாங்கள் ஓடிக் கொண்டு இருப்போம் => We will be running.
நீ / நீங்கள் ஓடிக் கொண்டு இருப்பாய் => You will be running.
அவர்கள் ஓடிக் கொண்டு இருப்பார்கள் => They will be running.
அவை ஓடிக் கொண்டு இருக்கும் => They will be running.

....
....
....

60. கொண்டு + இரு + ஆ (நிகழ்காலம்)

பார் ஏன் =>Am I see/run/write +ing?
ஓடி +கொண்டு+இருகிற் ஆன்/ஆள்/அது + ஆ =>Is he/she/it see/run/write +ing?
எழுதி ஓம்/ஆய்/ஆர்கள்/அன =>Are we/you/they see/run/write +ing?

I am see/run/write +ing => நான் பார்த்து/ஓடி/எழுதி கொண்டு இருக்கிறேன்
Am I see/run/write +ing? => நான் பார்த்து/ஓடி/எழுதி கொண்டு இருக்கிறேனா?

He is see/run/write +ing => அவன் பார்த்து/ஓடி/எழுதி கொண்டு இருக்கிறான்
Is he see/run/write +ing? => அவன் பார்த்து/ஓடி/எழுதி கொண்டு இருக்கிறானா?

She is see/run/write +ing => அவள் பார்த்து/ஓடி/எழுதி கொண்டு இருக்கிறாள்
Is she see/run/write +ing? => அவள் பார்த்து/ஓடி/எழுதி கொண்டு இருக்கிறாளா?

It is see/run/write +ing => அது பார்த்து/ஓடி/எழுதி கொண்டு இருக்கிறது
Is it see/run/write +ing?=> அது பார்த்து/ஓடி/எழுதி கொண்டு இருக்கிறதா?

We are see/run/write +ing
நாங்கள் பார்த்து/ஓடி/எழுதி கொண்டு இருக்கிறோம்
Are we see/run/write +ing?
நாங்கள் பார்த்து/ஓடி/எழுதி கொண்டு இருக்கிறோமா?

You are see/run/write +ing
நீ பார்த்து/ஓடி/எழுதி கொண்டு இருக்கிறாய்
Are you see/run/write +ing?
நீ பார்த்து/ஓடி/எழுதி கொண்டு இருக்கிறாயா?

They are see/run/write +ing
அவர்கள் பார்த்து/ஓடி/எழுதி கொண்டு இருக்கிறார்கள்
Are they see/run/write +ing?
அவர்கள் பார்த்து/ஓடி/எழுதி கொண்டு இருக்கிறார்களா?

They are see/run/write +ing
அவை பார்த்து/ஓடி/எழுதி கொண்டு இருக்கின்றன
Are they see/run/write +ing?
அவை பார்த்து/ஓடி/எழுதி கொண்டு இருக்கின்றனவா?

61. கொண்டு + இரு + ஆ (கடந்தகாலம்)

பார் ஏன் =>Was I see/run/write +ing?
ஓடி +கொண்டு+இருந் ஆன்/ஆள்/அது + ஆ =>Was he/she/it see/run/write +ing?
எழுதி ஓம்/ஆய்/ஆர்கள்/அன =>Were we/you/they see/run/write +ing?

I was see/run/write +ing => நான் பார்த்து/ஓடி/எழுதி கொண்டு இருந்தேன்
Was I see/run/write +ing? => நான் பார்த்து/ஓடி/எழுதி கொண்டு இருந்தேனா?

He was see/run/write +ing => அவன் பார்த்து/ஓடி/எழுதி கொண்டு இருந்தான்
Was he see/run/write +ing? => அவன் பார்த்து/ஓடி/எழுதி கொண்டு இருந்தானா?

She was see/run/write +ing => அவள் பார்த்து/ஓடி/எழுதி கொண்டு இருந்தாள்
Was she see/run/write +ing? => அவள் பார்த்து/ஓடி/எழுதி கொண்டு இருந்தாளா?

It was see/run/write +ing => அது பார்த்து/ஓடி/எழுதி கொண்டு இருந்தது
Was it see/run/write +ing?=> அது பார்த்து/ஓடி/எழுதி கொண்டு இருந்ததா?

We were see/run/write +ing
நாங்கள் பார்த்து/ஓடி/எழுதி கொண்டு இருந்தோம்
Were we see/run/write +ing?
நாங்கள் பார்த்து/ஓடி/எழுதி கொண்டு இருந்தோமா?

You were see/run/write +ing
நீ பார்த்து/ஓடி/எழுதி கொண்டு இருந்தாய்
Were you see/run/write +ing?
நீ பார்த்து/ஓடி/எழுதி கொண்டு இருந்தாயா?

They were see/run/write +ing
அவர்கள் பார்த்து/ஓடி/எழுதி கொண்டு இருந்தார்கள்
Were they see/run/write +ing?
அவர்கள் பார்த்து/ஓடி/எழுதி கொண்டு இருந்தார்களா?

They were see/run/write +ing
அவை பார்த்து/ஓடி/எழுதி கொண்டு இருந்தன
Were they see/run/write +ing?
அவை பார்த்து/ஓடி/எழுதி கொண்டு இருந்தனவா?

62. கொண்டு + இரு + ஆ (எதிர்காலம்)

பார் ஏன் =>Will I be see/run/write +ing?
ஓடி +கொண்டு+இருப் ஆன்/ஆள்/உம் + ஆ =>Will he/she/it be see/run/write +ing?
எழுதி ஓம்/ஆய்/ஆர்கள்/உம் =>Will we/you/they be see/run/write +ing?

I will be see/run/write +ing => நான் பார்த்து/ஓடி/எழுதி கொண்டு இருப்பேன்
Will I be see/run/write +ing? => நான் பார்த்து/ஓடி/எழுதி கொண்டு இருப்பேனா?

He will be see/run/write +ing =>அவன் பார்த்து/ஓடி/எழுதி கொண்டு இருப்பான்
Will he be see/run/write +ing? =>அவன் பார்த்து/ஓடி/எழுதி கொண்டு இருப்பானா?

She will be see/run/write +ing => அவள் பார்த்து/ஓடி/எழுதி கொண்டு இருப்பாள்
Will she be see/run/write +ing?=>அவள் பார்த்து/ஓடி/எழுதி கொண்டு இருப்பாளா?

It will be see/run/write +ing => அது பார்த்து/ஓடி/எழுதி கொண்டு இருக்கும்
Will it be see/run/write +ing?=> அது பார்த்து/ஓடி/எழுதி கொண்டு இருக்குமா?

We will be see/run/write +ing
நாங்கள் பார்த்து/ஓடி/எழுதி கொண்டு இருப்போம்
Will we be see/run/write +ing?
நாங்கள் பார்த்து/ஓடி/எழுதி கொண்டு இருப்போமா?

You will be see/run/write +ing
நீ பார்த்து/ஓடி/எழுதி கொண்டு இருப்பாய்
Will you be see/run/write +ing?
நீ பார்த்து/ஓடி/எழுதி கொண்டு இருப்பாயா?

They will be see/run/write +ing
அவர்கள் பார்த்து/ஓடி/எழுதி கொண்டு இருப்பார்கள்
Will they be see/run/write +ing?
அவர்கள் பார்த்து/ஓடி/எழுதி கொண்டு இருப்பார்களா?

They will be see/run/write +ing
அவை பார்த்து/ஓடி/எழுதி கொண்டு இருக்கும்
Will they be see/run/write +ing?
அவை பார்த்து/ஓடி/எழுதி கொண்டு இருக்குமா?

63. கொண்டு + கிடையாது (நிகழ்காலம்)

பார்த்து + கொண்டு + கிடையாது => I'm not seeing
=> He/She/It isn't seeing
=> We/You/They/They aren't seeing

ஓடி + கொண்டு + கிடையாது => I'm not running
=> He/She/It isn't running
=> We/You/They/They aren't running

எழுதி + கொண்டு + கிடையாது => I'm not writing
=> He/She/It isn't writing
=> We/You/They/They aren't writing

....
....
....

பார் => see
நான் பார்த்து கொண்டு கிடையாது
I'm not seeing
அவன்/அவள்/அது பார்த்து கொண்டு கிடையாது
He/She/It isn't seeing
நாங்கள்/நீ/அவர்கள் பார்த்து கொண்டு கிடையாது
We/You/They aren't seeing

ஓடு => run
நான் ஓடி கொண்டு கிடையாது
I'm not running
அவன்/அவள்/அது ஓடி கொண்டு கிடையாது
He/She/It isn't running
நாங்கள்/நீ/அவர்கள் ஓடி கொண்டு கிடையாது
We/You/They aren't running

எழுது => write
நான் எழுதி கொண்டு கிடையாது
I'm not writing
அவன்/அவள்/அது எழுதி கொண்டு கிடையாது
He/She/It isn't writing
நாங்கள்/நீ/அவர்கள் எழுதி கொண்டு கிடையாது
We/You/They aren't writing

....
....
....

64. கொண்டு + இல்லை (கடந்தகாலம்)

=> I wasn't seeing
பார்த்து + கொண்டு + இல்லை => He/She/It wasn't seeing
=> We/You/They/They weren't seeing

=> I wasn't running
ஓடி + கொண்டு + இல்லை => He/She/It wasn't running
=> We/You/They/They weren't running

=> I wasn't writing
எழுதி + கொண்டு + இல்லை => He/She/It wasn't writing
=> We/You/They/They weren't writing

....
....
....

பார் => saw

நான்/அவன்/அவள்/அது பார்த்து கொண்டு இல்லை
I/He/She/It wasn't seeing
நாங்கள்/நீ/அவர்கள் பார்த்து கொண்டு இல்லை
We/You/They weren't seeing

ஓடு => ran

நான்/அவன்/அவள்/அது ஓடி கொண்டு இல்லை
I/He/She/It wasn't running
நாங்கள்/நீ/அவர்கள் ஓடி கொண்டு இல்லை
We/You/They weren't running

எழுது => wrote

நான்/அவன்/அவள்/அது எழுதி கொண்டு இல்லை
I/He/She/It wasn't writing
நாங்கள்/நீ/அவர்கள் எழுதி கொண்டு இல்லை
We/You/They weren't writing

....
....
....

65. கொண்டு + மாட் (எதிர்காலம்)

ஏன்=> I won't be seeing
பார்த்து+கொண்டிருக்க+மாட் ஆன்/ஆள்/அது=>He/She/It won't be seeing
ஓம்/ஆய்/ஆர்கள்/அன=>We/You/They/They won't be seeing

ஏன் => I won't be running
ஓடி + கொண்டிருக்க + மாட் ஆன்/ஆள்/அது => He/She/It won't be running
ஓம்/ஆய்/ஆர்கள்/அன => We/You/They/They won't be running

ஏன் => I won't be writing
எழுதி+கொண்டிருக்க+மாட் ஆன்/ஆள்/அது => He/She/It won't be writing
ஓம்/ஆய்/ஆர்கள்/அன => We/You/They/They won't be writing

....
....
....

பார் => see

நான்/அவன்/அவள்/அது பார்த்து கொண்டிருக்க மாட் டேன்/டான்/டாள்/டாது
I/He/She/It won't be seeing
நாங்கள்/நீ/அவர்கள் பார்த்து கொண்டிருக்க மாட் டோம்/டாய்/டார்கள்
We/You/They won't be seeing

ஓடு => run

நான்/அவன்/அவள்/அது ஓடி கொண்டிருக்க மாட் டேன்/டான்/டாள்/டாது
I/He/She/It won't be running
நாங்கள்/நீ/அவர்கள் ஓடி கொண்டிருக்க மாட் டோம்/டாய்/டார்கள்
We/You/They won't be running

எழுது => write

நான்/அவன்/அவள்/அது எழுதி கொண்டிருக்க மாட் டேன்/டான்/டாள்/டாது
I/He/She/It won't be writing
நாங்கள்/நீ/அவர்கள் எழுதி கொண்டிருக்க மாட் டோம்/டாய்/டார்கள்
We/You/They won't be writing

....
....
....

66. கொண்டு + கிடையாது + ஆ (நிகழ்காலம்)

பார்த்து + கொண்டு + கிடையாது + ஆ
=> Am I not seeing?
=> Is he/she/it not seeing?
=> Are we/you/they not seeing?

ஓடி + கொண்டு + கிடையாது + ஆ
=> Am I not running?
=> Is he/she/it not running?
=> Are we/you/they not running?

எழுதி + கொண்டு + கிடையாது + ஆ
=> Am I not writing?
=> Is he/she/it not writing?
=> Are we/you/they not writing?

....
....
....

பார் => see
நான் பார்த்து கொண்டு கிடையாதா?
Am I not seeing?
அவன்/அவள்/அது பார்த்து கொண்டு கிடையாதா?
Is he/she/it not seeing?
நாங்கள்/நீ/அவர்கள் பார்த்து கொண்டு கிடையாதா?
Are we/you/they not seeing?

ஓடு => run
நான் ஓடி கொண்டு கிடையாதா?
Am I not running?
அவன்/அவள்/அது ஓடி கொண்டு கிடையாதா?
Is he/she/it not running?
நாங்கள்/நீ/அவர்கள் ஓடி கொண்டு கிடையாதா?
Are we/you/they not running?

எழுது => write
நான் எழுதி கொண்டு கிடையாதா?
Am I not writing?
அவன்/அவள்/அது எழுதி கொண்டு கிடையாதா?
Is he/she/it not writing?
நாங்கள்/நீ/அவர்கள் எழுதி கொண்டு கிடையாதா?
Are we/you/they not writing?

....
....
....

67. கொண்டு + இல்லை + ஆ (கடந்தகாலம்)

பார்த்து + கொண்டு + இல்லை + ஆ => Was I not seeing?
=> Was he/she/it not seeing?
=> Were we/you/they not seeing?

ஓடி + கொண்டு + இல்லை + ஆ => Was I not running?
=> Was he/she/it not running?
=> Were we/you/they not running?

எழுதி + கொண்டு + இல்லை + ஆ => Was I not writing?
=> Was he/she/it not writing?
=> Were we/you/they not writing?

....
....
....

பார் => saw

நான்/அவன்/அவள்/அது பார்த்து கொண்டு இல்லையா?
Was I/he/she/it not seeing?
நாங்கள்/நீ/அவர்கள் பார்த்து கொண்டு இல்லையா?
Were we/you/they not seeing?

ஓடு => ran

நான்/அவன்/அவள்/அது ஓடி கொண்டு இல்லையா?
Was I/he/she/it not running?
நாங்கள்/நீ/அவர்கள் ஓடி கொண்டு இல்லையா?
Were we/you/they not running?

எழுது => wrote

நான்/அவன்/அவள்/அது எழுதி கொண்டு இல்லையா?
Was I/he/she/it not writing?
நாங்கள்/நீ/அவர்கள் எழுதி கொண்டு இல்லையா?
Were we/you/they not writing?

....
....
....

68. கொண்டு + மாட் + ஆ (எதிர்காலம்)

ஏன் =>Won't I be seeing?
பார்த்து+கொண்டிருக்க+மாட் ஆன்/ஆள்/அது+ஆ=>Won't he/she/it be seeing?
ஓம்/ஆய்/ஆர்கள்/அன =>Won't we/you/they be seeing?

ஏன் => Won't I be running?
ஓடி + கொண்டிருக்க + மாட் ஆன்/ஆள்/அது+ஆ=> Won't he/she/it be running?
ஓம்/ஆய்/ஆர்கள்/அன => Won't we/you/they be running?

ஏன் => Won't I be writing?
எழுதி+கொண்டிருக்க+மாட் ஆன்/ஆள்/அது+ஆ=> Won't he/she/it be writing?
ஓம்/ஆய்/ஆர்கள்/அன => Won't we/you/they be writing?

....
....
....

பார் => see
நான்/அவன்/அவள்/அது பார்த்து கொண்டிருக்க மாட்
டேனா?/டானா?/டாளா?/டாதா?
Won't I/he/she/it be seeing?
நாங்கள்/நீ/அவர்கள் பார்த்து கொண்டிருக்க மாட் டோமா?/டாயா?/டார்களா?
Won't we/you/they be seeing?

ஓடு => run
நான்/அவன்/அவள்/அது ஓடி கொண்டிருக்க மாட்
டேனா?/டானா?/டாளா?/டாதா?
Won't I/he/she/it be running?
நாங்கள்/நீ/அவர்கள் ஓடி கொண்டிருக்க மாட் டோமா?/டாயா?/டார்களா?
Won't we/you/they be running?

எழுது => write
நான்/அவன்/அவள்/அது எழுதி கொண்டிருக்க மாட்
டேனா?/டானா?/டாளா?/டாதா?
Won't I/he/she/it be writing?
நாங்கள்/நீ/அவர்கள் எழுதி கொண்டிருக்க மாட் டோமா?/டாயா?/டார்களா?
Won't we/you/they be writing?

....
....
....

8

இருந்து வரு

69. இருந்து வரு

நிகழ்காலம் => have been, has been
கடந்தகாலம் => had been
எதிர்காலம் => will have been

	வருகிற்	ஏன்	=> I have been
		ஆன்/ஆள்/அது	=> He/She/It has been
		ஓம்/ஆய்/ஆர்கள்/அன	=> We/You/They have been
இருந்து	வந்	ஏன்	=> I had been
		ஆன்/ஆள்/அது	=> He/She/It had been
		ஓம்/ஆய்/ஆர்கள்/அன	=> We/You/They had been
	வருவ்	ஏன்	=> I will have been
		ஆன்/ஆள்/அது	=> He/She/It will have been
		ஓம்/ஆய்/ஆர்கள்/அன	=> We/You/They will have been

நான் => ஏன்
அவன்/அவள்/அது => ஆன்/ஆள்/அது
நாங்கள்/நீங்கள்/அவர்கள்/அவை => ஓம்/ஆய்/ஆர்கள்/அன

நான் => I
அவன்/அவள்/அது => He/She/It
நாங்கள்/நீங்கள்/அவர்கள்/அவை => We/You/They/They

70. இருந்து வரு (நிகழ்காலம்)

		ஏன்	=> I have been
இருந்து	வருகிற்	ஆன்/ஆள்/அது	=> He/She/It has been
		ஓம்/ஆய்/ஆர்கள்/அன	=> We/You/They have been

ஏன் => நான்
ஆன்/ஆள்/அது => அவன்/அவள்/அது
ஓம்/ஆய்/ஆர்கள்/அன => நாங்கள்/நீங்கள்/அவர்கள்/அவை

நான் => I
அவன்/அவள்/அது => He/She/It
நாங்கள்/நீங்கள்/அவர்கள்/அவை => We/You/They/They

நான் ஒரு டாக்டராக இருந்து வருகிறேன்
=> I have been a doctor.

அவன் ஒரு காவலராக இருந்து வருகிறான்
=> He has been a police officer.

அவள் ஒரு ஆசிரியராக இருந்து வருகிறாள்
=> She has been a teacher.

அது ஒரு மரமாக இருந்து வருகிறது
=> It has been a tree.

நாங்கள் இந்தியர்களாக இருந்து வருகிறோம்
=> We have been Indians.

நீ ஒரு வழக்கறிஞராக இருந்து வருகிறாய்
=> You have been a lawyer.

அவர்கள் அமெரிக்கர்களாக இருந்து வருகிறார்கள்
=> They have been Americans.

அவை பழங்களாக இருந்து வருகின்றன
=> They have been fruits.

71. இருந்து வரு (கடந்தகாலம்)

		ஏன்	=> I had been
இருந்து	வந்	ஆன்/ஆள்/அது	=> He/She/It had been
		ஓம்/ஆய்/ஆர்கள்/அன	=> We/You/They had been

ஏன் => நான்
ஆன்/ஆள்/அது => அவன்/அவள்/அது
ஓம்/ஆய்/ஆர்கள்/அன => நாங்கள்/நீங்கள்/அவர்கள்/அவை

நான் => I
அவன்/அவள்/அது => He/She/It
நாங்கள்/நீங்கள்/அவர்கள்/அவை => We/You/They/They

நான் ஒரு டாக்டராக இருந்து வந்தேன்
=> I had been a doctor.

அவன் ஒரு காவலராக இருந்து வந்தான்
=> He had been a police officer.

அவள் ஒரு ஆசிரியராக இருந்து வந்தாள்
=> She had been a teacher.

அது ஒரு மரமாக இருந்து வந்தது
=> It had been a tree.

நாங்கள் இந்தியர்களாக இருந்து வந்தோம்
=> We had been Indians.

நீ ஒரு வழக்கறிஞராக இருந்து வந்தாய்
=> You had been a lawyer.

அவர்கள் அமெரிக்கர்களாக இருந்து வந்தார்கள்
=> They had been Americans.

அவை பழங்களாக இருந்து வந்தன
=> They had been fruits.

72. இருந்து வரு (எதிர்காலம்)

இருந்து	வருவ்	ஏன்	=> I will have been
		ஆன்/ஆள்/உம்	=> He/She/It will have been
		ஓம்/ஆய்/ஆர்கள்/உம்	=> We/You/They will have been

ஏன் => நான்
ஆன்/ஆள்/அது => அவன்/அவள்/அது
ஓம்/ஆய்/ஆர்கள்/அன => நாங்கள்/நீங்கள்/அவர்கள்/அவை

நான் => I
அவன்/அவள்/அது => He/She/It
நாங்கள்/நீங்கள்/அவர்கள்/அவை => We/You/They/They

நான் ஒரு டாக்டராக இருந்து வருவேன்
=> I will have been a doctor.

அவன் ஒரு காவலராக இருந்து வருவான்
=> He will have been a police officer.

அவள் ஒரு ஆசிரியராக இருந்து வருவாள்
=> She will have been a teacher.

அது ஒரு மரமாக இருந்து வரும்
=> It will have been a tree.

நாங்கள் இந்தியர்களாக இருந்து வருவோம்
=> We will have been Indians.

நீங்கள் ஒரு வழக்கறிஞராக இருந்து வருவாய்
=> You will have been a lawyer.

அவர்கள் அமெரிக்கர்களாக இருந்து வருவார்கள்
=> They will have been Americans.

அவை பழங்களாக இருந்து வரும்
=> They will have been fruits.

73. இருந்து வரு + ஆ (நிகழ்காலம்)

	ஏன்		=> Have I been?
இருந்து வருகிற்	ஆன்/ஆள்/அது	+ ஆ	=> Has he/she/it been?
	ஓம்/ஆய்/ஆர்கள்/அன		=> Have we/you/they been?

I have been => நான் இருந்து வருகிறேன்
Have I been? => நான் இருந்து வருகிறேனா?

He has been => அவன் இருந்து வருகிறான்
Has he been? => அவன் இருந்து வருகிறானா?
She has been =>அவள் இருந்து வருகிறாள்
Has she been? => அவள் இருந்து வருகிறாளா?
It has been => அது இருந்து வருகிறது
Has it been? => அது இருந்து வருகிறதா?

We have been => நாங்கள் இருந்து வருகிறோம்
Have we been? => நாங்கள் இருந்து வருகிறோமா?
You have been =>நீ இருந்து வருகிறாய்
Have you been? =>நீ இருந்து வருகிறாயா?
They have been =>அவர்கள் இருந்து வருகிறார்கள்
Have they been? =>அவர்கள் இருந்து வருகிறார்களா?
They have been =>அவை இருந்து வருகின்றன
Have they been? =>அவை இருந்து வருகின்றனவா?

நான் ஒரு டாக்டராக இருந்து வருகிறேனா?
=> Have I been a doctor?
அவன் ஒரு காவலராக இருந்து வருகிறானா?
=> Has he been a police officer?
அவள் ஒரு ஆசிரியராக இருந்து வருகிறாளா?
=> Has she been a teacher?
அது ஒரு மரமாக இருந்து வருகிறதா?
=> Has it been a tree?
நாங்கள் இந்தியர்களாக இருந்து வருகிறோமா?
=> Have we been Indians?
நீ ஒரு வழக்கறிஞராக இருந்து வருகிறாயா?
=> Have you been a lawyer?
அவர்கள் அமெரிக்கர்களாக இருந்து வருகிறார்களா?
=> Have they been Americans?
அவை பழங்களாக இருந்து வருகின்றனவா?
=> Have they been fruits?

74. இருந்து வரு + ஆ (கடந்தகாலம்)

		ஏன்		=> Had I been?
இருந்து	வந்த்	ஆன்/ஆள்/அது	+ ஆ	=> Had he/she/it been?
		ஓம்/ஆய்/ஆர்கள்/அன		=> Had we/you/they been?

I had been => நான் இருந்து வந்தேன்
Had I been? => நான் இருந்து வந்தேனா?

He had been => அவன் இருந்து வந்தான்
Had he been? => அவன் இருந்து வந்தானா?
She had been =>அவள் இருந்து வந்தாள்
Had she been? => அவள் இருந்து வந்தாளா?
It had been => அது இருந்து வந்தது
Had it been? => அது இருந்து வந்ததா?

We had been => நாங்கள் இருந்து வந்தோம்
Had we been? => நாங்கள் இருந்து வந்தோமா?
You had been =>நீ இருந்து வந்தாய்
Had you been? =>நீ இருந்து வந்தாயா?
They had been =>அவர்கள் இருந்து வந்தார்கள்
Had they been? =>அவர்கள் இருந்து வந்தார்களா?
They had been =>அவை இருந்து வந்தன
Had they been? =>அவை இருந்து வந்தனவா?

நான் ஒரு டாக்டராக இருந்து வந்தேனா?
=> Had I been a doctor?
அவன் ஒரு காவலராக இருந்து வந்தானா?
=> Had he been a police officer?
அவள் ஒரு ஆசிரியராக இருந்து வந்தாளா?
=> Had she been a teacher?
அது ஒரு மரமாக இருந்து வந்ததா?
=> Had it been a tree?
நாங்கள் இந்தியர்களாக இருந்து வந்தோமா?
=> Had we been Indians?
நீ ஒரு வழக்கறிஞராக இருந்து வந்தாயா?
=> Had you been a lawyer?
அவர்கள் அமெரிக்கர்களாக இருந்து வந்தார்களா?
=> Had they been Americans?
அவை பழங்களாக இருந்து வந்தனவா?
=> Had they been fruits?

75. இருந்து வரு + ஆ (எதிர்காலம்)

		ஏன்		=> Will I have been?
இருந்து	வருவ்	ஆன்/ஆள்/அது	+ ஆ	=> Will he/she/it have been?
		ஓம்/ஆய்/ஆர்கள்/அன		=> Will we/you/they have been?

I will have been => நான் இருந்து வருவேன்
Will I have been? => நான் இருந்து வருவேனா?

He will have been => அவன் இருந்து வருவான்
Will he have been? => அவன் இருந்து வருவானா?
She will have been =>அவள் இருந்து வருவாள்
Will she have been? => அவள் இருந்து வருவாளா?
It will have been => அது இருந்து வரும்
Will it have been? => அது இருந்து வருமா?

We will have been => நாங்கள் இருந்து வருவோம்
Will we have been? => நாங்கள் இருந்து வருவோமா?
You will have been =>நீ இருந்து வருவாய்
Will you have been? =>நீ இருந்து வருவாயா?
They will have been =>அவர்கள் இருந்து வருவார்கள்
Will they have been? =>அவர்கள் இருந்து வருவார்களா?
They will have been =>அவை இருந்து வரும்
Will they have been? =>அவை இருந்து வருமா?

நான் ஒரு டாக்டராக இருந்து வருவேனா?
=> Will I have been a doctor?
அவன் ஒரு காவலராக இருந்து வருவானா?
=> Will he have been a police officer?
அவள் ஒரு ஆசிரியராக இருந்து வருவாளா?
=> Will she have been a teacher?
அது ஒரு மரமாக இருந்து வருமா?
=> Will it have been a tree?
நாங்கள் இந்தியர்களாக இருந்து வருவோமா?
=> Will we have been Indians?
நீ ஒரு வழக்கறிஞராக இருந்து வருவாயா?
=> Will you have been a lawyer?
அவர்கள் அமெரிக்கர்களாக இருந்து வருவார்களா?
=> Will they have been Americans?
அவை பழங்களாக இருந்து வருமா?
=> Will they have been fruits?

76. இருந்து வரு + கிடையாது (நிகழ்காலம்)

இருந்து + வர + கிடையாது => I haven't been
=> He/She/It hasn't been
=> We/You/They haven't been

நான் ஒரு டாக்டராக இருந்து வருகிறேன்
நான் ஒரு டாக்டராக இருந்து வர கிடையாது
=> I have been a doctor.
=> I haven't been a doctor.

அவன் ஒரு காவலராக இருந்து வருகிறான்
அவன் ஒரு காவலராக இருந்து வர கிடையாது
=> He has been a police officer.
=> He hasn't been a police officer.
அவள் ஒரு ஆசிரியராக இருந்து வருகிறாள்
அவள் ஒரு ஆசிரியராக இருந்து வர கிடையாது
=> She has been a teacher.
=> She hasn't been a teacher.
அது ஒரு மரமாக இருந்து வருகிறது
அது ஒரு மரமாக இருந்து வர கிடையாது
=> It has been a tree.
=> It hasn't been a tree.

நாங்கள் இந்தியர்களாக இருந்து வருகிறோம்
நாங்கள் இந்தியர்களாக இருந்து வர கிடையாது
=> We have been Indians.
=> We haven't been Indians.
நீ ஒரு வழக்கறிஞராக இருந்து வருகிறாய்
நீ ஒரு வழக்கறிஞராக இருந்து வர கிடையாது
=> You have been a lawyer.
=> You haven't been a lawyer.
அவர்கள் அமெரிக்கர்களாக இருந்து வருகிறார்கள்
அவர்கள் அமெரிக்கர்களாக இருந்து வர கிடையாது
=> They have been Americans.
=> They haven't been Americans.
அவை பழங்களாக இருந்து வருகின்றன
அவை பழங்களாக இருந்து வர கிடையாது
=> They have been fruits.
=> They haven't been fruits.

77. இருந்து வரு + இல்லை (கடந்தகாலம்)

இருந்து + வர + இல்லை
=> I hadn't been
=> He/She/It hadn't been
=> We/You/They hadn't been

நான் ஒரு டாக்டராக இருந்து வந்தேன்
நான் ஒரு டாக்டராக இருந்து வர வில்லை
=> I had been a doctor.
=> I hadn't been a doctor.

அவன் ஒரு காவலராக இருந்து வந்தான்
அவன் ஒரு காவலராக இருந்து வர வில்லை
=> He had been a police officer.
=> He hadn't been a police officer.
அவள் ஒரு ஆசிரியராக இருந்து வந்தாள்
அவள் ஒரு ஆசிரியராக இருந்து வர வில்லை
=> She had been a teacher.
=> She hadn't been a teacher.
அது ஒரு மரமாக இருந்து வந்தது
அது ஒரு மரமாக இருந்து வர வில்லை
=> It had been a tree.
=> It hadn't been a tree.

நாங்கள் இந்தியர்களாக இருந்து வந்தோம்
நாங்கள் இந்தியர்களாக இருந்து வர வில்லை
=> We had been Indians.
=> We hadn't been Indians.
நீ ஒரு வழக்கறிஞராக இருந்து வந்தாய்
நீ ஒரு வழக்கறிஞராக இருந்து வர வில்லை
=> You had been a lawyer.
=> You hadn't been a lawyer.
அவர்கள் அமெரிக்கர்களாக இருந்து வந்தார்கள்
அவர்கள் அமெரிக்கர்களாக இருந்து வர வில்லை
=> They had been Americans.
=> They hadn't been Americans.
அவை பழங்களாக இருந்து வந்தன
அவை பழங்களாக இருந்து வர வில்லை
=> They had been fruits.
=> They hadn't been fruits.

78. இருந்து வரு + மாட் (எதிர்காலம்)

	ஏன்	=> I won't have been
இருந்து + வர + மாட்	ஆன்/ஆள்/அது	=> He/She/It won't have been
	ஓம்/ஆய்/ஆர்கள்/அன	=> We/You/They won't have been

நான் ஒரு டாக்டராக இருந்து வருவேன்
நான் ஒரு டாக்டராக இருந்து வர மாட்டேன்
=> I will have been a doctor.
=> I won't have been a doctor.

அவன் ஒரு காவலராக இருந்து வருவான்
அவன் ஒரு காவலராக இருந்து வர மாட்டான்
=> He will have been a police officer.
=> He won't have been a police officer.
அவள் ஒரு ஆசிரியராக இருந்து வருவாள்
அவள் ஒரு ஆசிரியராக இருந்து வர மாட்டாள்
=> She will have been a teacher.
=> She won't have been a teacher.
அது ஒரு மரமாக இருந்து வரும்
அது ஒரு மரமாக இருந்து வர மாட்டாது
=> It will have been a tree.
=> It won't have been a tree.

நாங்கள் இந்தியர்களாக இருந்து வருவோம்
நாங்கள் இந்தியர்களாக இருந்து வர மாட்டோம்
=> We will have been Indians.
=> We won't have been Indians.
நீங்கள் ஒரு வழக்கறிஞராக இருந்து வருவாய்
நீங்கள் ஒரு வழக்கறிஞராக இருந்து வர மாட்டாய்
=> You will have been a lawyer.
=> You won't have been a lawyer.
அவர்கள் அமெரிக்கர்களாக இருந்து வருவார்கள்
அவர்கள் அமெரிக்கர்களாக இருந்து வர மாட்டார்கள்
=> They will have been Americans.
=> They won't have been Americans.
அவை பழங்களாக இருந்து வரும்
அவை பழங்களாக இருந்து வர மாட்டன
=> They will have been fruits.
=> They won't have been fruits.

79. இருந்து வரு + கிடையாது + ஆ (நிகழ்காலம்)

இருந்து + வர + கிடையாது + ஆ => Haven't I been?
=> Hasn't he/she/it been?
=> Haven't we/you/they been?

நான் ஒரு டாக்டராக இருந்து வருகிறேன்
நான் ஒரு டாக்டராக இருந்து வர கிடையாதா?
=> I have been a doctor.
=> Haven't I been a doctor?

அவன் ஒரு காவலராக இருந்து வருகிறான்
அவன் ஒரு காவலராக இருந்து வர கிடையாதா?
=> He has been a police officer.
=> Hasn't he been a police officer?
அவள் ஒரு ஆசிரியராக இருந்து வருகிறாள்
அவள் ஒரு ஆசிரியராக இருந்து வர கிடையாதா?
=> She has been a teacher.
=> Hasn't she been a teacher?
அது ஒரு மரமாக இருந்து வருகிறது
அது ஒரு மரமாக இருந்து வர கிடையாதா?
=> It has been a tree.
=> Hasn't it been a tree?

நாங்கள் இந்தியர்களாக இருந்து வருகிறோம்
நாங்கள் இந்தியர்களாக இருந்து வர கிடையாதா?
=> We have been Indians.
=> Haven't we been Indians?
நீ ஒரு வழக்கறிஞராக இருந்து வருகிறாய்
நீ ஒரு வழக்கறிஞராக இருந்து வர கிடையாதா?
=> You have been a lawyer.
=> Haven't you been a lawyer?
அவர்கள் அமெரிக்கர்களாக இருந்து வருகிறார்கள்
அவர்கள் அமெரிக்கர்களாக இருந்து வர கிடையாதா?
=> They have been Americans.
=> Haven't they been Americans?
அவை பழங்களாக இருந்து வருகின்றன
அவை பழங்களாக இருந்து வர கிடையாதா?
=> They have been fruits.
=> Haven't they been fruits?

80. இருந்து வரு + இல்லை + ஆ (கடந்தகாலம்)

இருந்து + வர + இல்லை + ஆ
=> Hadn't I been?
=> Hadn't he/she/it been?
=> Hadn't we/you/they been?

நான் ஒரு டாக்டராக இருந்து வந்தேன்
நான் ஒரு டாக்டராக இருந்து வர வில்லையா?
=> I had been a doctor.
=> Hadn't I been a doctor?

அவன் ஒரு காவலராக இருந்து வந்தான்
அவன் ஒரு காவலராக இருந்து வர வில்லையா?
=> He had been a police officer.
=> Hadn't he been a police officer?
அவள் ஒரு ஆசிரியராக இருந்து வந்தாள்
அவள் ஒரு ஆசிரியராக இருந்து வர வில்லையா?
=> She had been a teacher.
=> Hadn't she been a teacher?
அது ஒரு மரமாக இருந்து வந்தது
அது ஒரு மரமாக இருந்து வர வில்லையா?
=> It had been a tree.
=> Hadn't it been a tree?

நாங்கள் இந்தியர்களாக இருந்து வந்தோம்
நாங்கள் இந்தியர்களாக இருந்து வர வில்லையா?
=> We had been Indians.
=> Hadn't we been Indians?
நீ ஒரு வழக்கறிஞராக இருந்து வந்தாய்
நீ ஒரு வழக்கறிஞராக இருந்து வர வில்லையா?
=> You had been a lawyer.
=> Hadn't you been a lawyer?
அவர்கள் அமெரிக்கர்களாக இருந்து வந்தார்கள்
அவர்கள் அமெரிக்கர்களாக இருந்து வர வில்லையா?
=> They had been Americans.
=> Hadn't they been Americans?
அவை பழங்களாக இருந்து வந்தன
அவை பழங்களாக இருந்து வர வில்லையா?
=> They had been fruits.
=> Hadn't they been fruits?

81. இருந்து வரு + மாட் (எதிர்காலம்)

இருந்து + வர + மாட் ஏன் / ஆன்/ஆள்/அது / ஓம்/ஆய்/ஆர்கள்/அன + ஆ
=> Won't I have been?
=> Won't he/she/it have been?
=> Won't we/you/they have been?

நான் ஒரு டாக்டராக இருந்து வருவேன்
நான் ஒரு டாக்டராக இருந்து வர மாட்டேனா?
=> I will have been a doctor.
=> Won't I have been a doctor?

அவன் ஒரு காவலராக இருந்து வருவான்
அவன் ஒரு காவலராக இருந்து வர மாட்டானா?
=> He will have been a police officer.
=> Won't he have been a police officer?
அவள் ஒரு ஆசிரியராக இருந்து வருவாள்
அவள் ஒரு ஆசிரியராக இருந்து வர மாட்டாளா?
=> She will have been a teacher.
=> Won't she have been a teacher?
அது ஒரு மரமாக இருந்து வரும்
அது ஒரு மரமாக இருந்து வர மாட்டாதா?
=> It will have been a tree.
=> Won't it have been a tree?

நாங்கள் இந்தியர்களாக இருந்து வருவோம்
நாங்கள் இந்தியர்களாக இருந்து வர மாட்டோமா?
=> We will have been Indians.
=> Won't we have been Indians?
நீங்கள் ஒரு வழக்கறிஞராக இருந்து வருவாய்
நீங்கள் ஒரு வழக்கறிஞராக இருந்து வர மாட்டாயா?
=> You will have been a lawyer.
=> Won't you have been a lawyer?
அவர்கள் அமெரிக்கர்களாக இருந்து வருவார்கள்
அவர்கள் அமெரிக்கர்களாக இருந்து வர மாட்டார்களா?
=> They will have been Americans.
=> Won't they have been Americans?
அவை பழங்களாக இருந்து வரும்
அவை பழங்களாக இருந்து வர மாட்டனவா?
=> They will have been fruits.
=> Won't they have been fruits?

9

விட்டு

82. விட்டு

நிகழ்காலம் => have seen, have run, have written, etc.
கடந்தகாலம் => had seen, had run,had written, etc.
எதிர்காலம் => will have seen, wil have run, will have written, etc.

பார்த்து	விட்ட்	ஏன்	=> I have seen
		ஆன்/ஆள்/அது	=> He/She/It has seen
		ஓம்/ஆய்/ஆர்கள்/அன	=> We/You/They have seen
	விட்டிருந்	ஏன்	=> I had seen
		ஆன்/ஆள்/அது	=> He/She/It had seen
		ஓம்/ஆய்/ஆர்கள்/அன	=> We/You/They had seen
	விடுவ்	ஏன்	=> I will have seen
		ஆன்/ஆள்/அது	=> He/She/It will have seen
		ஓம்/ஆய்/ஆர்கள்/அன	=> We/You/They will have seen
ஓடி	விட்ட்	ஏன்	=> I have run
		ஆன்/ஆள்/அது	=> He/She/It has run
		ஓம்/ஆய்/ஆர்கள்/அன	=> We/You/They have run
	விட்டிருந்	ஏன்	=> I had run
		ஆன்/ஆள்/அது	=> He/She/It had run
		ஓம்/ஆய்/ஆர்கள்/அன	=> We/You/They had run
	விடுவ்	ஏன்	=> I will have run
		ஆன்/ஆள்/அது	=> He/She/It will have run
		ஓம்/ஆய்/ஆர்கள்/அன	=> We/You/They will have run
எழுதி	விட்	…. …………….	……..
		…. …………….	……..
		…. …………….	……..
…..	….	…………….	……..
…..	….	…………….	……..
…..	….	…………….	……..

83. விட்டு (நிகழ்காலம்)

		ஏன்	=> I have seen
பார்த்து	விட்ட்	ஆன்/ஆள்/அது	=> He/She/It has seen
		ஓம்/ஆய்/ஆர்கள்/அன	=> We/You/They have seen

நான் இதனை பார்த்து விட்டேன் => I have seen it.

அவன் இதனை பார்த்து விட்டான் => He has seen it.

அவள் இதனை பார்த்து விட்டாள் => She has seen it.

அது இதனை பார்த்து விட்டது => It has seen it.

நாங்கள் இதனை பார்த்து விட்டோம் => We have seen it.

நீ இதனை பார்த்து விட்டாய் => You have seen it.

அவர்கள் இதனை பார்த்து விட்டார்கள் => They have seen it.

அவை இதனை பார்த்து விட்டன => They have seen it.

		ஏன்	=> I have written
எழுதி	விட்ட்	ஆன்/ஆள்/அது	=> He/She/It has written
		ஓம்/ஆய்/ஆர்கள்/அன	=> We/You/They have written

நான் இதனை எழுதி விட்டேன் => I have written it.

அவன் இதனை எழுதி விட்டான் => He has written it.

அவள் இதனை எழுதி விட்டாள் => She has written it.

அது இதனை எழுதி விட்டது => It has written it.

நாங்கள் இதனை எழுதி விட்டோம் => We have written it.

நீ இதனை எழுதி விட்டாய் => You have written it.

அவர்கள் இதனை எழுதி விட்டார்கள் => They have written it.

அவை இதனை எழுதி விட்டன => They have written it.

84. விட்டு (கடந்தகாலம்)

பார்த்து	விட்டிருந்	ஏன்	=> I had seen
		ஆன்/ஆள்/அது	=> He/She/It had seen
		ஓம்/ஆய்/ஆர்கள்/அன	=> We/You/They had seen

நான் இதனை பார்த்து விட்டிருந்தேன் => I had seen it.

அவன் இதனை பார்த்து விட்டிருந்தான் => He had seen it.

அவள் இதனை பார்த்து விட்டிருந்தாள் => She had seen it.

அது இதனை பார்த்து விட்டிருந்தது => It had seen it.

நாங்கள் இதனை பார்த்து விட்டிருந்தோம் => We had seen it.

நீ இதனை பார்த்து விட்டிருந்தாய் => You had seen it.

அவர்கள் இதனை பார்த்து விட்டிருந்தார்கள் => They had seen it.

அவை இதனை பார்த்து விட்டிருந்தன => They had seen it.

எழுதி	விட்டிருந்	ஏன்	=> I had written
		ஆன்/ஆள்/அது	=> He/She/It had written
		ஓம்/ஆய்/ஆர்கள்/அன	=> We/You/They had written

நான் இதனை எழுதி விட்டிருந்தேன் => I had written it.

அவன் இதனை எழுதி விட்டிருந்தான் => He had written it.

அவள் இதனை எழுதி விட்டிருந்தாள் => She had written it.

அது இதனை எழுதி விட்டிருந்தது => It had written it.

நாங்கள் இதனை எழுதி விட்டிருந்தோம் => We had written it.

நீ இதனை எழுதி விட்டிருந்தாய் => You had written it.

அவர்கள் இதனை எழுதி விட்டிருந்தார்கள் => They had written it.

அவை இதனை எழுதி விட்டிருந்தன => They had written it.

85. விட்டு (எதிர்காலம்)

		ஏன்	=> I will have seen
பார்த்து	விடுவ்	ஆன்/ஆள்/உம்	=> He/She/It will have seen
		ஓம்/ஆய்/ஆர்கள்/உம்	=> We/You/They will have seen

நான் இதனை பார்த்து விடுவேன் => I will have seen it.

அவன் இதனை பார்த்து விடுவான் => He will have seen it.

அவள் இதனை பார்த்து விடுவாள் => She will have seen it.

அது இதனை பார்த்து விடும் => It will have seen it.

நாங்கள் இதனை பார்த்து விடுவோம் => We will have seen it.

நீ இதனை பார்த்து விடுவாய் => You will have seen it.

அவர்கள் இதனை பார்த்து விடுவார்கள் => They will have seen it.

அவை இதனை பார்த்து விடும் => They will have seen it.

		ஏன்	=> I will have written
எழுதி	விடுவ்	ஆன்/ஆள்/உம்	=> He/She/It will have written
		ஓம்/ஆய்/ஆர்கள்/உம்	=> We/You/They will have written

நான் இதனை எழுதி விடுவேன் => I will have written it.

அவன் இதனை எழுதி விடுவான் => He will have written it.

அவள் இதனை எழுதி விடுவாள் => She will have written it.

அது இதனை எழுதி விடும் => It will have written it.

நாங்கள் இதனை எழுதி விடுவோம் => We will have written it.

நீ இதனை எழுதி விடுவாய் => You will have written it.

அவர்கள் இதனை எழுதி விடுவார்கள் => They will have written it.

அவை இதனை எழுதி விடும் => They will have written it.

86. விட்டு + ஆ (நிகழ்காலம்)

	ஏன்		=> Have I seen?
பார்த்து விட்ட்	ஆன்/ஆள்/அது	+ ஆ	=> Has he/she/it seen?
	ஓம்/ஆய்/ஆர்கள்/அன		=> Have we/you/they seen?

நான் இதனை பார்த்து விட்டேனா? => Have I seen it?

அவன் இதனை பார்த்து விட்டானா? => Has he seen it?

அவள் இதனை பார்த்து விட்டாளா? => Has she seen it?

அது இதனை பார்த்து விட்டதா? => Has it seen it?

நாங்கள் இதனை பார்த்து விட்டோமா? => Have we seen it?

நீ இதனை பார்த்து விட்டாயா? => Have you seen it?

அவர்கள் இதனை பார்த்து விட்டார்களா? => Have they seen it?

அவை இதனை பார்த்து விட்டனவா? => Have they seen it?

	ஏன்		=> Have I written?
எழுதி விட்ட்	ஆன்/ஆள்/அது	+ ஆ	=> Has he/she/it written?
	ஓம்/ஆய்/ஆர்கள்/அன		=> Have we/you/they written?

நான் இதனை எழுதி விட்டேனா? => Have I written it?

அவன் இதனை எழுதி விட்டானா? => Has he written it?

அவள் இதனை எழுதி விட்டாளா? => Has she written it?

அது இதனை எழுதி விட்டதா? => Has it written it?

நாங்கள் இதனை எழுதி விட்டோமா? => Have we written it?

நீ இதனை எழுதி விட்டாயா? => Have you written it?

அவர்கள் இதனை எழுதி விட்டார்களா? => Have they written it?

அவை இதனை எழுதி விட்டனவா? => Have they written it?

87. விட்டு + ஆ (கடந்தகாலம்)

	ஏன்		=> Had I seen?
பார்த்து விட்டிருந்	ஆன்/ஆள்/அது	+ ஆ	=> Had he/she/it seen?
	ஓம்/ஆய்/ஆர்கள்/அன		=> Had we/you/they seen?

நான் இதனை பார்த்து விட்டிருந்தேனா? => Had I seen it?

அவன் இதனை பார்த்து விட்டிருந்தானா? => Had he seen it?

அவள் இதனை பார்த்து விட்டிருந்தாளா? => Had she seen it?

அது இதனை பார்த்து விட்டிருந்ததா? => Had it seen it?

நாங்கள் இதனை பார்த்து விட்டிருந்தோமா? => Had we seen it?

நீ இதனை பார்த்து விட்டிருந்தாயா? => Had you seen it?

அவர்கள் இதனை பார்த்து விட்டிருந்தார்களா? => Had they seen it?

அவை இதனை பார்த்து விட்டிருந்தனவா? => Had they seen it?

	ஏன்		=> Had I written?
எழுதி விட்டிருந்	ஆன்/ஆள்/அது	+ ஆ	=> Had he/she/it written?
	ஓம்/ஆய்/ஆர்கள்/அன		=> Had we/you/they written?

நான் இதனை எழுதி விட்டிருந்தேனா? => Had I written it?

அவன் இதனை எழுதி விட்டிருந்தானா? => Had he written it?

அவள் இதனை எழுதி விட்டிருந்தாளா? => Had she written it?

அது இதனை எழுதி விட்டிருந்ததா? => Had it written it?

நாங்கள் இதனை எழுதி விட்டிருந்தோமா? => Had we written it?

நீ இதனை எழுதி விட்டிருந்தாயா? => Had you written it?

அவர்கள் இதனை எழுதி விட்டிருந்தார்களா? => Had they written it?

அவை இதனை எழுதி விட்டிருந்தனவா? => Had they written it?

88. விட்டு + ஆ (எதிர்காலம்)

	ஏன்		=> Will I have seen?
பார்த்து விடுவ்	ஆன்/ஆள்/உம்	+ ஆ	=> Will he/she/it have seen?
	ஓம்/ஆய்/ஆர்கள்/உம்		=> Will we/you/they have seen?

நான் இதனை பார்த்து விடுவேனா? => Will I have seen it?

அவன் இதனை பார்த்து விடுவானா? => Will he have seen it?

அவள் இதனை பார்த்து விடுவாளா? => Will she have seen it?

அது இதனை பார்த்து விடுமா? => Will it have seen it?

நாங்கள் இதனை பார்த்து விடுவோமா? => Will we have seen it?

நீ இதனை பார்த்து விடுவாயா? => Will you have seen it?

அவர்கள் இதனை பார்த்து விடுவார்களா? => Will they have seen it?

அவை இதனை பார்த்து விடுமா? => Will they have seen it?

	ஏன்		=> Will I have written?
எழுதி விடுவ்	ஆன்/ஆள்/உம்	+ ஆ	=> Will he/she/it have written?
	ஓம்/ஆய்/ஆர்கள்/உம்		=> Will we/you/they have written?

நான் இதனை எழுதி விடுவேனா? => Will I have written it?

அவன் இதனை எழுதி விடுவானா? => Will he have written it?

அவள் இதனை எழுதி விடுவாளா? => Will she have written it?

அது இதனை எழுதி விடுமா? => Will it have written it?

நாங்கள் இதனை எழுதி விடுவோமா? => Will we have written it?

நீ இதனை எழுதி விடுவாயா? => Will you have written it?

அவர்கள் இதனை எழுதி விடுவார்களா? => Will they have written it?

அவை இதனை எழுதி விடுமா? => Will they have written it?

89. விட்டு + கிடையாது (நிகழ்காலம்)

பார்த்து + விட + கிடையாது => I haven't seen
=> He/She/It hasn't seen
=> We/You/They haven't seen

நான் இதனை பார்த்து விட கிடையாது => I haven't seen it.

அவன் இதனை பார்த்து விட கிடையாது=> He hasn't seen it.

அவள் இதனை பார்த்து விட கிடையாது=> She hasn't seen it.

அது இதனை பார்த்து விட கிடையாது => It hasn't seen it.

நாங்கள் இதனை பார்த்து விட கிடையாது=> We haven't seen it.

நீ இதனை பார்த்து விட கிடையாது=> You haven't seen it.

அவர்கள் இதனை பார்த்து விட கிடையாது=> They haven't seen it.

அவை இதனை பார்த்து விட கிடையாது=> They haven't seen it.

எழுதி + விட + கிடையாது => I haven't written
=> He/She/It hasn't written
=> We/You/They haven't written

நான் இதனை எழுதி விட கிடையாது=> I haven't written it.

அவன் இதனை எழுதி விட கிடையாது=> He hasn't written it.

அவள் இதனை எழுதி விட கிடையாது=> She hasn't written it.

அது இதனை எழுதி விட கிடையாது=> It hasn't written it.

நாங்கள் இதனை எழுதி விட கிடையாது=> We haven't written it.

நீ இதனை எழுதி விட கிடையாது=> You haven't written it.

அவர்கள் இதனை எழுதி விட கிடையாது=> They haven't written it.

அவை இதனை எழுதி விட கிடையாது=> They haven't written it.

90. விட்டு + இல்லை (கடந்தகாலம்)

=> I hadn't seen
பார்த்து + விட + இல்லை => He/She/It hadn't seen
=> We/You/They hadn't seen

நான் இதனை பார்த்து விட வில்லை => I hadn't seen it.

அவன் இதனை பார்த்து விட வில்லை=> He hadn't seen it.

அவள் இதனை பார்த்து விட வில்லை=> She hadn't seen it.

அது இதனை பார்த்து விட வில்லை => It hadn't seen it.

நாங்கள் இதனை பார்த்து விட வில்லை=> We hadn't seen it.

நீ இதனை பார்த்து விட வில்லை=> You hadn't seen it.

அவர்கள் இதனை பார்த்து விட வில்லை=> They hadn't seen it.

அவை இதனை பார்த்து விட வில்லை=> They hadn't seen it.

=> I hadn't written
எழுதி + விட + இல்லை => He/She/It hadn't written
=> We/You/They hadn't written

நான் இதனை எழுதி விட வில்லை=> I hadn't written it.

அவன் இதனை எழுதி விட வில்லை=> He hadn't written it.

அவள் இதனை எழுதி விட வில்லை=> She hadn't written it.

அது இதனை எழுதி விட வில்லை=> It hadn't written it.

நாங்கள் இதனை எழுதி விட வில்லை=> We hadn't written it.

நீ இதனை எழுதி விட வில்லை=> You hadn't written it.

அவர்கள் இதனை எழுதி விட வில்லை=> They hadn't written it.

அவை இதனை எழுதி விட வில்லை=> They hadn't written it.

91. விட்டு + மாட் (எதிர்காலம்)

	ஏன்	=> I won't have seen
பார்த்து + விட + மாட்	ஆன்/ஆள்/அது	=> He/She/It won't have seen
	ஓம்/ஆய்/ஆர்கள்/அன	=> We/You/They won't have seen

நான் இதனை பார்த்து விட மாட்டேன் => I won't have seen it.

அவன் இதனை பார்த்து விடமாட்டான் => He won't have seen it.

அவள் இதனை பார்த்து விட மாட்டாள் => She won't have seen it.

அது இதனை பார்த்து விட மாட்டாது => It won't have seen it.

நாங்கள் இதனை பார்த்து விட மாட்டோம் => We won't have seen it.

நீ இதனை பார்த்து விட மாட்டாய் => You won't have seen it.

அவர்கள் இதனை பார்த்து விட மாட்டார்கள் => They won't have seen it.

அவை இதனை பார்த்து விட மாட்டன => They won't have seen it.

	ஏன்	=> I won't have written
எழுதி + விட + மாட்	ஆன்/ஆள்/அது	=> He/She/It won't have written
	ஓம்/ஆய்/ஆர்கள்/அன	=> We/You/They won't have written

நான் இதனை எழுதி விட மாட்டேன் => I won't have written it.

அவன் இதனை எழுதி விட மாட்டான் => He won't have written it.

அவள் இதனை எழுதி விட மாட்டாள் => She won't have written it.

அது இதனை எழுதி விட மாட்டாது => It won't have written it.

நாங்கள் இதனை எழுதி விட மாட்டோம் => We won't have written it.

நீ இதனை எழுதி விட மாட்டாய் => You won't have written it.

அவர்கள் இதனை எழுதி விட மாட்டார்கள் => They won't have written it.

அவை இதனை எழுதி விட மாட்டன => They won't have written it.

92. விட்டு + கிடையாது + ஆ (நிகழ்காலம்)

பார்த்து + விட + கிடையாது + ஆ => Haven't I seen?
=> Hasn't he/she/it seen?
=> Haven't we/you/they seen?

நான் இதனை பார்த்து விட கிடையாதா? => Haven't I seen it?

அவன் இதனை பார்த்து விட கிடையாதா?=> Hasn't he seen it?

அவள் இதனை பார்த்து விட கிடையாதா?=> Hasn't she seen it?

அது இதனை பார்த்து விட கிடையாதா?=> Hasn't it seen it?

நாங்கள் இதனை பார்த்து விட கிடையாதா?=> Haven't we seen it?

நீ இதனை பார்த்து விட கிடையாதா?=> Haven't you seen it?

அவர்கள் இதனை பார்த்து விட கிடையாதா?=> Haven't they seen it?

அவை இதனை பார்த்து விட கிடையாதா?=> Haven't they seen it?

எழுதி + விட + கிடையாது + ஆ => Haven't I written?
=> Hasn't he/she/it written?
=> Haven't we/you/they written?

நான் இதனை எழுதி விட கிடையாதா?=> Haven't I written it?

அவன் இதனை எழுதி விட கிடையாதா?=> Hasn't he written it?

அவள் இதனை எழுதி விட கிடையாதா?=> Hasn't she written it?

அது இதனை எழுதி விட கிடையாதா?=> Hasn't it written it?

நாங்கள் இதனை எழுதி விட கிடையாதா?=> Haven't we written it?

நீ இதனை எழுதி விட கிடையாதா?=> Haven't you written it?

அவர்கள் இதனை எழுதி விட கிடையாதா?=> Haven't they written it?

அவை இதனை எழுதி விட கிடையாதா?=> Haven't they written it?

93. விட்டு + இல்லை + ஆ (கடந்தகாலம்)

பார்த்து + விட + இல்லை + ஆ
=> Hadn't I seen?
=> Hadn't he/she/it seen?
=> Hadn't we/you/they seen?

நான் இதனை பார்த்து விட வில்லையா? => Hadn't I seen it?

அவன் இதனை பார்த்து விட வில்லையா? => Hadn't he seen it?

அவள் இதனை பார்த்து விட வில்லையா? => Hadn't she seen it?

அது இதனை பார்த்து விட வில்லையா? => Hadn't it seen it?

நாங்கள் இதனை பார்த்து விட வில்லையா? => Hadn't we seen it?

நீ இதனை பார்த்து விட வில்லையா? => Hadn't you seen it?

அவர்கள் இதனை பார்த்து விட வில்லையா? => Hadn't they seen it?

அவை இதனை பார்த்து விட வில்லையா? => Hadn't they seen it?

எழுதி + விட + இல்லை + ஆ
=> Hadn't I written?
=> Hadn't he/she/it written?
=> Hadn't we/you/they written?

நான் இதனை எழுதி விட வில்லையா? => Hadn't I written it?

அவன் இதனை எழுதி விட வில்லையா? => Hadn't he written it?

அவள் இதனை எழுதி விட வில்லையா? => Hadn't she written it?

அது இதனை எழுதி விட வில்லையா? => Hadn't it written it?

நாங்கள் இதனை எழுதி விட வில்லையா? => Hadn't we written it?

நீ இதனை எழுதி விட வில்லையா? => Hadn't you written it?

அவர்கள் இதனை எழுதி விட வில்லையா? => Hadn't they written it?

அவை இதனை எழுதி விட வில்லையா? => Hadn't they written it?

94. விட்டு + மாட் + ஆ (எதிர்காலம்)

	ஏன்		=> Won't I have seen?
பார்த்து + விட + மாட்	ஆன்/ஆள்/அது	+ ஆ	=> Won't he/she/it have seen?
	ஓம்/ஆய்/ஆர்கள்/அன		=> Won't we/you/they have seen?

நான் இதனை பார்த்து விட மாட்டேனா? => Won't I have seen it?

அவன் இதனை பார்த்து விட மாட்டானா? => Won't he have seen it?

அவள் இதனை பார்த்து விட மாட்டாளா? => Won't she have seen it?

அது இதனை பார்த்து விட மாட்டாதா? => Won't it have seen it?

நாங்கள் இதனை பார்த்து விட மாட்டோமா? => Won't we have seen it?

நீ இதனை பார்த்து விட மாட்டாயா? => Won't you have seen it?

அவர்கள் இதனை பார்த்து விட மாட்டார்களா? => Won't they have seen it?

அவை இதனை பார்த்து விட மாட்டனவா? => Won't they have seen it?

	ஏன்		=> Won't I have written?
எழுதி + விட + மாட்	ஆன்/ஆள்/அது	+ ஆ	=> Won't he/she/it have written?
	ஓம்/ஆய்/ஆர்கள்/அன		=> Won't we/you/they have written?

நான் இதனை எழுதி விட மாட்டேனா? => Won't I have written it?

அவன் இதனை எழுதி விட மாட்டானா? => Won't he have written it?

அவள் இதனை எழுதி விட மாட்டாளா? => Won't she have written it?

அது இதனை எழுதி விட மாட்டாதா? => Won't it have written it?

நாங்கள் இதனை எழுதி விட மாட்டோமா? => Won't we have written it?

நீ இதனை எழுதி விட மாட்டாயா? => Won't you have written it?

அவர்கள் இதனை எழுதி விட மாட்டார்களா? => Won't they have written it?

அவை இதனை எழுதி விட மாட்டனவா? => Won't they have written it?

10

கொண்டு + வரு

95. கொண்டு + வரு

நிகழ்காலம் => have been seeing, have been running, have been Writing, etc.
கடந்தகாலம் => had been seeing, had been running, had been Writing, etc.
எதிர்காலம் => will have been seeing, wil have been running, will have been writing, etc.

ஏன் => I have been seeing
வருகிற் ஆன்/ஆள்/அது => He/She/It has been seeing
ஓம்/ஆய்/ஆர்கள்/அன => We/You/They have been seeing

ஏன் => I had been seeing
பார்த்து+கொண்டு+வந் ஆன்/ஆள்/அது => He/She/It had been seeing
ஓம்/ஆய்/ஆர்கள்/அன => We/You/They had been seeing

ஏன் => I will have been seeing
வருவ் ஆன்/ஆள்/அது => He/She/It will have been seeing
ஓம்/ஆய்/ஆர்கள்/அன => We/You/They will have been seeing

ஏன் => I have been running
வருகிற் ஆன்/ஆள்/அது => He/She/It has been running
ஓம்/ஆய்/ஆர்கள்/அன => We/You/They have been running

ஏன் => I had been running
ஓடி + கொண்டு + வந் ஆன்/ஆள்/அது => He/She/It had been running
ஓம்/ஆய்/ஆர்கள்/அன => We/You/They had been running

ஏன் => I will have been running
வருவ் ஆன்/ஆள்/அது => He/She/It will have been running
ஓம்/ஆய்/ஆர்கள்/அன => We/You/They will have been running

....
எழுதி + கொண்டு + வரு ....
....

....
....
....

96. கொண்டு + வரு (நிகழ்காலம்)

ஏன் => I have been seeing
பார்த்து + கொண்டு + வருகிற் ஆன்/ஆள்/அது => He/She/It has been seeing
ஓம்/ஆய்/ஆர்கள்/அன => We/You/They have been seeing

நான் இதனை பார்த்து கொண்டு வருகிறேன் => I have been seeing it.

அவன் இதனை பார்த்து கொண்டு வருகிறான் => He has been seeing it.

அவள் இதனை பார்த்து கொண்டு வருகிறாள் => She has been seeing it.

அது இதனை பார்த்து கொண்டு வருகிறது => It has been seeing it.

நாங்கள் இதனை பார்த்து கொண்டு வருகிறோம் => We have been seeing it.

நீ இதனை பார்த்து கொண்டு வருகிறாய் => You have been seeing it.

அவர்கள் இதனை பார்த்து கொண்டு வருகிறார்கள் => They have been seeing it.

அவை இதனை பார்த்து கொண்டு வருகின்றன => They have been seeing it.

ஏன் => I have been writing
எழுதி + கொண்டு + வருகிற் ஆன்/ஆள்/அது => He/She/It has been writing
ஓம்/ஆய்/ஆர்கள்/அன => We/You/They have been writing

நான் இதனை எழுதி கொண்டு வருகிறேன் => I have been writing it.

அவன் இதனை எழுதி கொண்டு வருகிறான் => He has been writing it.

அவள் இதனை எழுதி கொண்டு வருகிறாள் => She has been writing it.

அது இதனை எழுதி கொண்டு வருகிறது => It has been writing it.

நாங்கள் இதனை எழுதி கொண்டு வருகிறோம் => We have been writing it.

நீ இதனை எழுதி கொண்டு வருகிறாய் => You have been writing it.

அவர்கள் இதனை எழுதி கொண்டு வருகிறார்கள் => They have been writing it.

அவை இதனை எழுதி கொண்டு வருகின்றன => They have been writing it.

97. கொண்டு + வரு (கடந்தகாலம்)

	ஏன்	=> I had been seeing
பார்த்து + கொண்டு + வந்	ஆன்/ஆள்/அது	=> He/She/It had been seeing
	ஓம்/ஆய்/ஆர்கள்/அன	=> We/You/They had been seeing

நான் இதனை பார்த்து கொண்டு வந்தேன் => I had been seeing it.

அவன் இதனை பார்த்து கொண்டு வந்தான் => He had been seeing it.

அவள் இதனை பார்த்து கொண்டு வந்தாள் => She had been seeing it.

அது இதனை பார்த்து கொண்டு வந்தது => It had been seeing it.

நாங்கள் இதனை பார்த்து கொண்டு வந்தோம் => We had been seeing it.

நீ இதனை பார்த்து கொண்டு வந்தாய் => You had been seeing it.

அவர்கள் இதனை பார்த்து கொண்டு வந்தார்கள் => They had been seeing it.

அவை இதனை பார்த்து கொண்டு வந்தன => They had been seeing it.

	ஏன்	=> I had been writing
எழுதி + கொண்டு + வந்	ஆன்/ஆள்/அது	=> He/She/It had been writing
	ஓம்/ஆய்/ஆர்கள்/அன	=> We/You/They had been writing

நான் இதனை எழுதி கொண்டு வந்தேன் => I had been writing it.

அவன் இதனை எழுதி கொண்டு வந்தான் => He had been writing it.

அவள் இதனை எழுதி கொண்டு வந்தாள் => She had been writing it.

அது இதனை எழுதி கொண்டு வந்தது => It had been writing it.

நாங்கள் இதனை எழுதி கொண்டு வந்தோம் => We had been writing it.

நீ இதனை எழுதி கொண்டு வந்தாய் => You had been writing it.

அவர்கள் இதனை எழுதி கொண்டு வந்தார்கள் => They had been writing it.

அவை இதனை எழுதி கொண்டு வந்தன => They had been writing it.

98. கொண்டு + வரு (எதிர்காலம்)

ஏன் => I will have been seeing
பார்த்து+கொண்டு+வருவ் ஆன்/ஆள்/உம் => He/She/It will have been seeing
ஓம்/ஆய்/ஆர்கள்/உம் => We/You/They will have been seeing

நான் இதனை பார்த்து கொண்டு வருவேன் => I will have been seeing it.

அவன் இதனை பார்த்து கொண்டு வருவான் => He will have been seeing it.

அவள் இதனை பார்த்து கொண்டு வருவாள் => She will have been seeing it.

அது இதனை பார்த்து கொண்டு வரும் => It will have been seeing it.

நாங்கள் இதனை பார்த்து கொண்டு வருவோம் => We will have been seeing it.

நீ இதனை பார்த்து கொண்டு வருவாய் => You will have been seeing it.

அவர்கள் இதனை பார்த்து கொண்டு வருவார்கள் => They will have been seeing it.

அவை இதனை பார்த்து கொண்டு வரும் => They will have been seeing it.

ஏன் => I will have been writing
எழுதி+கொண்டு+வருவ் ஆன்/ஆள்/அது => He/She/It will have been writing
ஓம்/ஆய்/ஆர்கள்/அன => We/You/They will have been writing

நான் இதனை எழுதி கொண்டு வருவேன் => I will have been writing it.

அவன் இதனை எழுதி கொண்டு வருவான் => He will have been writing it.

அவள் இதனை எழுதி கொண்டு வருவாள் => She will have been writing it.

அது இதனை எழுதி கொண்டு வரும் => It will have been writing it.

நாங்கள் இதனை எழுதி கொண்டு வருவோம் => We will have been writing it.

நீ இதனை எழுதி கொண்டு வருவாய் => You will have been writing it.

அவர்கள் இதனை எழுதி கொண்டு வருவார்கள் => They will have been writing it.

அவை இதனை எழுதி கொண்டு வரும் => They will have been writing it.

99. கொண்டு + வரு + ஆ (நிகழ்காலம்)

ஏன் => Have I been seeing?
பார்த்து+கொண்டு+வருகிற் ஆன்/ஆள்/அது +ஆ=> Has he/she/it been seeing?
ஓம்/ஆய்/ஆர்கள்/அன => Have we/you/they been seeing?

நான் இதனை பார்த்து கொண்டு வருகிறேனா? => Have I been seeing it?

அவன் இதனை பார்த்து கொண்டு வருகிறானா? => Has he been seeing it?

அவள் இதனை பார்த்து கொண்டு வருகிறாளா? => Has she been seeing it?

அது இதனை பார்த்து கொண்டு வருகிறதா? => Has it been seeing it?

நாங்கள் இதனை பார்த்து கொண்டு வருகிறோமா? => Have we been seeing it?

நீ இதனை பார்த்து கொண்டு வருகிறாயா? => Have you been seeing it?

அவர்கள் இதனை பார்த்துகொண்டு வருகிறார்களா?=>Have they been seeing it?

அவை இதனை பார்த்துகொண்டு வருகின்றனவா?=>Have they been seeing it?

ஏன் => Have I been writing?
எழுதி+கொண்டு+வருகிற் ஆன்/ஆள்/அது +ஆ => Has he/she/it been writing?
ஓம்/ஆய்/ஆர்கள்/அன => Have we/you/they been writing?

நான் இதனை எழுதி கொண்டு வருகிறேனா? => Have I been writing it?

அவன் இதனை எழுதி கொண்டு வருகிறானா? => Has he been writing it?

அவள் இதனை எழுதி கொண்டு வருகிறாளா? => Has she been writing it?

அது இதனை எழுதி கொண்டு வருகிறதா? => Has it been writing it?

நாங்கள் இதனை எழுதி கொண்டு வருகிறோமா? => Have we been writing it?

நீ இதனை எழுதி கொண்டு வருகிறாயா? => Have you been writing it?

அவர்கள் இதனை எழுதி கொண்டு வருகிறார்களா? => Have they been writing it?

அவை இதனை எழுதி கொண்டு வருகின்றனவா? => Have they been writing it?

100. கொண்டு + வரு + ஆ (கடந்தகாலம்)

ஏன் => Had I been seeing?
பார்த்து+கொண்டு+வந் ஆன்/ஆள்/அது +ஆ => Had he/she/it been seeing?
ஓம்/ஆய்/ஆர்கள்/அன => Had we/you/they been seeing?

நான் இதனை பார்த்து கொண்டு வந்தேனா? => Had I been seeing it?

அவன் இதனை பார்த்து கொண்டு வந்தானா? => Had he been seeing it?

அவள் இதனை பார்த்து கொண்டு வந்தாளா? => Had she been seeing it?

அது இதனை பார்த்து கொண்டு வந்ததா? => Had it been seeing it?

நாங்கள் இதனை பார்த்து கொண்டு வந்தோமா? => Had we been seeing it?

நீ இதனை பார்த்து கொண்டு வந்தாயா? => Had you been seeing it?

அவர்கள் இதனை பார்த்து கொண்டு வந்தார்களா? => Had they been seeing it?

அவை இதனை பார்த்து கொண்டு வந்தனவா? => Had they been seeing it?

ஏன் => Had I been writing?
எழுதி+கொண்டு+வந் ஆன்/ஆள்/அது +ஆ => Had he/she/it been writing?
ஓம்/ஆய்/ஆர்கள்/அன => Had we/you/they been writing?

நான் இதனை எழுதி கொண்டு வந்தேனா? => Had I been writing it?

அவன் இதனை எழுதி கொண்டு வந்தானா? => Had he been writing it?

அவள் இதனை எழுதி கொண்டு வந்தாளா? => Had she been writing it?

அது இதனை எழுதி கொண்டு வந்ததா? => Had it been writing it?

நாங்கள் இதனை எழுதி கொண்டு வந்தோமா? => Had we been writing it?

நீ இதனை எழுதி கொண்டு வந்தாயா? => Had you been writing it?

அவர்கள் இதனை எழுதி கொண்டு வந்தார்களா? => Had they been writing it?

அவை இதனை எழுதி கொண்டு வந்தனவா? => Had they been writing it?

101. கொண்டு + வரு + ஆ (எதிர்காலம்)

ஏன் =>Will I have been seeing?
பார்த்து+கொண்டு+வருவ் ஆன்/ஆள்/உம் +ஆ=>Will he/she/it have been seeing?
ஓம்/ஆய்/ஆர்கள்/உம் =>Will we/you/they have been seeing?

நான் இதனை பார்த்து கொண்டு வருவேனா? => Will I have been seeing it?

அவன் இதனை பார்த்து கொண்டு வருவானா? => Will he have been seeing it?

அவள் இதனை பார்த்து கொண்டு வருவாளா? => Will she have been seeing it?

அது இதனை பார்த்து கொண்டு வருமா? => Will it have been seeing it?

நாங்கள் இதனை பார்த்து கொண்டு வருவோமா? => Will we have been seeing it?

நீ இதனை பார்த்து கொண்டு வருவாயா? => Will you have been seeing it?

அவர்கள் இதை பார்த்துகொண்டு வருவார்களா? =>Will they have been seeing it?

அவை இதனை பார்த்து கொண்டு வருமா? => Will they have been seeing it?

ஏன் => Will I have been writing?
எழுதி+கொண்டு+வருவ் ஆன்/ஆள்/அது +ஆ=> Will he/she/it have been writing?
ஓம்/ஆய்/ஆர்கள்/அன => Will we/you/they have been writing?

நான் இதனை எழுதி கொண்டு வருவேனா? => Will I have been writing it?

அவன் இதனை எழுதி கொண்டு வருவானா? => Will he have been writing it?

அவள் இதனை எழுதி கொண்டு வருவாளா? => Will she have been writing it?

அது இதனை எழுதி கொண்டு வருமா? => Will it have been writing it?

நாங்கள் இதனை எழுதி கொண்டு வருவோமா? => Will we have been writing it?

நீ இதனை எழுதி கொண்டு வருவாயா? => Will you have been writing it?

அவர்கள் இதனை எழுதிகொண்டு வருவார்களா?=> Will they have been writing it?

அவை இதனை எழுதி கொண்டு வருமா? => Will they have been writing it?

102. கொண்டு + வரு + கிடையாது (நிகழ்காலம்)

பார்த்து + கொண்டு + வர + கிடையாது
=> I haven't been seeing
=> He/She/It hasn't been seeing
=> We/You/They haven't been seeing

நான் இதனை பார்த்து கொண்டு வர கிடையாது => I haven't been seeing it.

அவன் இதனை பார்த்து கொண்டு வர கிடையாது => He hasn't been seeing it.

அவள் இதனை பார்த்து கொண்டு வர கிடையாது => She hasn't been seeing it.

அது இதனை பார்த்து கொண்டு வர கிடையாது => It hasn't been seeing it.

நாங்கள் இதனை பார்த்துகொண்டு வர கிடையாது =>We haven't been seeing it.

நீ இதனை பார்த்துகொண்டு வர கிடையாது =>You haven't been seeing it.

அவர்கள் இதனை பார்த்துகொண்டு வரகிடையாது=>They haven't been seeing it.

அவை இதனை பார்த்துகொண்டு வரகிடையாது=>They haven't been seeing it.

எழுதி + கொண்டு + வர + கிடையாது
=> I haven't been writing
=> He/She/It hasn't been writing
=> We/You/They haven't been writing

நான் இதனை எழுதி கொண்டு வர கிடையாது => I haven't been writing it.

அவன் இதனை எழுதி கொண்டு வர கிடையாது => He hasn't been writing it.

அவள் இதனை எழுதி கொண்டு வர கிடையாது => She hasn't been writing it.

அது இதனை எழுதி கொண்டு வர கிடையாது => It hasn't been writing it.

நாங்கள் இதனை எழுதி கொண்டு வர கிடையாது => We haven't been writing it.

நீ இதனை எழுதி கொண்டு வர கிடையாது => You haven't been writing it.

அவர்கள் இதனை எழுதி கொண்டு வர கிடையாது => They haven't been writing it.

அவை இதனை எழுதி கொண்டு வர கிடையாது => They haven't been writing it.

103. கொண்டு + வரு + இல்லை (கடந்தகாலம்)

பார்த்து + கொண்டு + வர + இல்லை
=> I hadn't been seeing
=> He/She/It hadn't been seeing
=> We/You/They hadn't been seeing

நான் இதனை பார்த்து கொண்டு வர வில்லை => I hadn't been seeing it.

அவன் இதனை பார்த்து கொண்டு வர வில்லை => He hadn't been seeing it.

அவள் இதனை பார்த்து கொண்டு வர வில்லை => She hadn't been seeing it.

அது இதனை பார்த்து கொண்டு வர வில்லை => It hadn't been seeing it.

நாங்கள் இதனை பார்த்து கொண்டு வர வில்லை => We hadn't been seeing it.

நீ இதனை பார்த்து கொண்டு வர வில்லை => You hadn't been seeing it.

அவர்கள் இதனை பார்த்து கொண்டு வர வில்லை => They hadn't been seeing it.

அவை இதனை பார்த்து கொண்டு வர வில்லை => They hadn't been seeing it.

எழுதி + கொண்டு + வர + இல்லை
=> I hadn't been writing
=> He/She/It hadn't been writing
=> We/You/They hadn't been writing

நான் இதனை எழுதி கொண்டு வர வில்லை => I hadn't been writing it.

அவன் இதனை எழுதி கொண்டு வர வில்லை => He hadn't been writing it.

அவள் இதனை எழுதி கொண்டு வர வில்லை => She hadn't been writing it.

அது இதனை எழுதி கொண்டு வர வில்லை => It hadn't been writing it.

நாங்கள் இதனை எழுதி கொண்டு வர வில்லை => We hadn't been writing it.

நீ இதனை எழுதி கொண்டு வர வில்லை => You hadn't been writing it.

அவர்கள் இதனை எழுதி கொண்டு வர வில்லை => They hadn't been writing it.

அவை இதனை எழுதி கொண்டு வர வில்லை => They hadn't been writing it.

104. கொண்டு + வரு + மாட் (எதிர்காலம்)

ஏன் => I won't have been seeing
பார்த்து+கொண்டு+வர+மாட் ஆன்/ஆள்/அது => He/She/It won't have been seeing
ஓம்/ஆய்/ஆர்கள்/அன=>We/You/They won't have been seeing

நான் இதனை பார்த்து கொண்டு வர மாட்டேன் => I won't have been seeing it.

அவன் இதனை பார்த்துகொண்டு வரமாட்டான்=>He won't have been seeing it.

அவள் இதனை பார்த்துகொண்டு வரமாட்டாள் =>She won't have been seeing it.

அது இதனை பார்த்து கொண்டு வர மாட்டாது => It won't have been seeing it.

நாம் இதனை பார்த்துகொண்டு வரமாட்டோம்=>We won't have been seeing it.

நீ இதனை பார்த்துகொண்டு வரமாட்டாய் => You won't have been seeing it.

அவர்கள் பார்த்துகொண்டு வரமாட்டார்கள்=>They won't have been seeing.

அவை இதனை பார்த்துகொண்டு வரமாட்டன=>They won't have been seeing it.

ஏன் => I won't have been writing
எழுதி+கொண்டு+வர+மாட் ஆன்/ஆள்/அது => He/She/It won't have been writing
ஓம்/ஆய்/ஆர்கள்/அன =>We/You/They won't have been writing

நான் இதனை எழுதி கொண்டு வர மாட்டேன்=> I won't have been writing it.

அவன் இதனை எழுதி கொண்டு வர மாட்டான்=> He won't have been writing it.

அவள் இதனை எழுதி கொண்டு வரமாட்டாள் => She won't have been writing it.

அது இதனை எழுதி கொண்டு வர மாட்டாது=> It won't have been writing it.

நாங்கள் இதனை எழுதி கொண்டு வரமாட்டோம்=> We won't have been writing it.

நீ இதனை எழுதி கொண்டு வரமாட்டாய் => You won't have been writing it.

அவர்கள் எழுதி கொண்டு வரமாட்டார்கள்=>They won't have been writing.

அவை இதனை எழுதி கொண்டு வரமாட்டன=> They won't have been writing it.

105. கொண்டு + வரு + கிடையாது + ஆ (நிகழ்காலம்)

பார்த்து + கொண்டு + வர + கிடையாது + ஆ => Haven't I been seeing?
=> Hasn't he/she/it been seeing?
=> Haven't we/you/they been seeing?

நான் இதனை பார்த்து கொண்டு வர கிடையாதா? => Haven't I been seeing it?

அவன் இதனை பார்த்து கொண்டு வர கிடையாதா? => Hasn't he been seeing it?

அவள் இதனை பார்த்து கொண்டு வர கிடையாதா? => Hasn't she been seeing it?

அது இதனை பார்த்து கொண்டு வர கிடையாதா?=> Hasn't it been seeing it?

நாங்கள் பார்த்து கொண்டு வர கிடையாதா? => Haven't we been seeing?

நீ இதனை பார்த்துகொண்டு வரகிடையாதா?=>Haven't you been seeing it?

அவர்கள் பார்த்து கொண்டு வர கிடையாதா? => Haven't they been seeing?

அவை இதனை பார்த்துகொண்டு வரகிடையாதா?=>Haven't they been seeing it?

எழுதி + கொண்டு + வர + கிடையாது + ஆ => Haven't I been writing?
=> Hasn't he/she/it been writing?
=> Haven't we/you/they been writing?

நான் இதனை எழுதி கொண்டு வர கிடையாதா?=> Haven't I been writing it?

அவன் இதனை எழுதி கொண்டு வர கிடையாதா?=> Hasn't he been writing it?

அவள் இதனை எழுதி கொண்டு வர கிடையாதா?=> Hasn't she been writing it?

அது இதனை எழுதி கொண்டு வர கிடையாதா?=> Hasn't it been writing it?

நாங்கள் இதனை எழுதிகொண்டு வரகிடையாதா?=> Haven't we been writing it?

நீ இதனை எழுதிகொண்டு வரகிடையாதா?=> Haven't you been writing it?

அவர்கள் இதனை எழுதிகொண்டு வரகிடையாதா?=>Haven't they been writing it?

அவை இதனை எழுதிகொண்டு வரகிடையாதா?=>Haven't they been writing it?

106. கொண்டு + வரு + இல்லை + ஆ (கடந்தகாலம்)

பார்த்து + கொண்டு + வர + இல்லை + ஆ => Hadn't I been seeing?
=> Hadn't he/she/it been seeing?
=> Hadn't we/you/they been seeing?

நான் இதனை பார்த்து கொண்டு வர வில்லையா? => Hadn't I been seeing it?

அவன் இதனை பார்த்துகொண்டு வரவில்லையா?=> Hadn't he been seeing it?

அவள் இதனை பார்த்துகொண்டு வரவில்லையா?=> Hadn't she been seeing it?

அது இதனை பார்த்து கொண்டு வர வில்லையா?=> Hadn't it been seeing it?

நாங்கள் இதனை பார்த்துகொண்டு வரவில்லையா?=> Hadn't we been seeing it?

நீ இதனை பார்த்துகொண்டு வரவில்லையா?=> Hadn't you been seeing it?

அவர்கள்இதனைபார்த்துகொண்டு வரவில்லையா?=>Hadn't they been seeing it?

அவை இதனை பார்த்துகொண்டு வரவில்லையா?=> Hadn't they been seeing it?

எழுதி + கொண்டு + வர + இல்லை + ஆ => Hadn't I been writing?
=> Hadn't he/she/it been writing?
=> Hadn't we/you/they been writing?

நான் இதனை எழுதி கொண்டு வர வில்லையா?=> Hadn't I been writing it?

அவன் இதனை எழுதி கொண்டு வர வில்லையா?=> Hadn't he been writing it?

அவள் இதனை எழுதி கொண்டு வர வில்லையா?=> Hadn't she been writing it?

அது இதனை எழுதி கொண்டு வர வில்லையா?=> Hadn't it been writing it?

நாங்கள் இதனை எழுதி கொண்டு வர வில்லையா?=> Hadn't we been writing it?

நீ இதனை எழுதி கொண்டு வர வில்லையா?=> Hadn't you been writing it?

அவர்கள் இதனை எழுதி கொண்டு வர வில்லையா?=> Hadn't they been writing it?

அவை இதனை எழுதி கொண்டு வர வில்லையா?=> Hadn't they been writing it?

107. கொண்டு + வரு + மாட் + ஆ (எதிர்காலம்)

ஏன் => Won't I have been seeing?
பார்த்துகொண்டு+வர+மாட்ஆன்/ஆள்/அது+ஆ=>Won't he/she/it have been seeing?
ஓம்/ஆய்/ஆர்கள்/அன =>Won't we/you/they have been seeing?

நான் இதனை பார்த்துகொண்டு வரமாட்டேனா? =>Won't I have been seeing it?

அவன் இதனை பார்த்துகொண்டு வரமாட்டானா?=>Won't he have been seeing it?

அவள்இதனை பார்த்துகொண்டு வரமாட்டாளா?=>Won't she have been seeing it?

அது இதனை பார்த்து கொண்டு வர மாட்டாதா? =>Won't it have been seeing it?

நாம் இதனை பார்த்துகொண்டு வரமாட்டோமா?=>Won't we have been seeing it?

நீ இதனை பார்த்துகொண்டு வரமாட்டாயா? => Won't you have been seeing it?

அவர்கள் பார்த்துகொண்டு வரமாட்டார்களா?=>Won't they have been seeing?

அவை பார்த்து கொண்டு வர மாட்டனவா? => Won't they have been seeing?

ஏன் =>Won't I have been writing?
எழுதி+கொண்டு+வர+மாட் ஆன்/ஆள்/அது+ஆ=>Won't he/she/it have been writing?
ஓம்/ஆய்/ஆர்கள்/அன =>Won't we/you/they have been writing?

நான் இதனை எழுதி கொண்டு வரமாட்டேனா?=> Won't I have been writing it?

அவன் இதனை எழுதி கொண்டு வரமாட்டானா?=> Won't he have been writing it?

அவள் இதனை எழுதிகொண்டு வரமாட்டாளா?=> Won't she have been writing it?

அது இதனை எழுதி கொண்டு வர மாட்டாதா?=> Won't it have been writing it?

நாங்கள்இதனைஎழுதிகொண்டு வரமாட்டோமா?=>Won't we have been writing it?

நீ இதனை எழுதி கொண்டு வரமாட்டாயா?=> Won't you have been writing it?

அவர்கள் எழுதி கொண்டு வரமாட்டார்களா?=>Won't they have been writing?

அவை இதனை எழுதிகொண்டு வரமாட்டனவா?=>Won't they have been writing it?

11

எதிர்காலம் மற்றும் முக்காலம்

எதிர்காலம் மற்றும் முக்காலம்

108. **எதிர்காலம்**

Will

will see, will run, will write, etc.

	ஏன்	=> I will see
பார்ப்	ஆன்/ஆள்/கும்	=> He/She/It will see
	ஓம்/ஆய்/ஆர்கள்/கும்	=> We/You/They will see
	ஏன்	=> I will run
ஓடுவ்	ஆன்/ஆள்/உம்	=> He/She/It will run
	ஓம்/ஆய்/ஆர்கள்/உம்	=> We/You/They will run
	ஏன்	=> I will write
எழுதுவ்	ஆன்/ஆள்/உம்	=> He/She/It will write
	ஓம்/ஆய்/ஆர்கள்/உம்	=> We/You/They will write

…. ……………. ……..
…. ……………. ……..
…. ……………. ……..

பார்/ஓடி/எழுதி/etc. + ஆ (எதிர்காலம்)

will see, will run, will write, etc.

	ஏன்		=> Will I see?
பார்ப்	ஆன்/ஆள்/கும்	+ ஆ	=> Will he/she/it see?
	ஓம்/ஆய்/ஆர்கள்/கும்		=> Will we/you/they see?
	ஏன்		=> Will I run?
ஓடுவ்	ஆன்/ஆள்/உம்	+ ஆ	=> Will he/she/it run?
	ஓம்/ஆய்/ஆர்கள்/உம்		=> Will we/you/they run?
	ஏன்		=> Will I write?
எழுதுவ்	ஆன்/ஆள்/உம்	+ ஆ	=> Will he/she/it write?
	ஓம்/ஆய்/ஆர்கள்/உம்		=> Will we/you/they write?

…. ……………. ……..
…. ……………. ……..
…. ……………. ……..

109. முக்காலம்

Would

would see, would run, would write, etc.

	ஏன்	=> I would see
பார்ப்	ஆன்/ஆள்/அது	=> He/She/It would see
	ஓம்/ஆய்/ஆர்கள்/அன	=> We/You/They would see
	ஏன்	=> I would run
ஓடுவ்	ஆன்/ஆள்/அது	=> He/She/It would run
	ஓம்/ஆய்/ஆர்கள்/அன	=> We/You/They would run
	ஏன்	=> I would write
எழுதுவ்	ஆன்/ஆள்/அது	=> He/She/It would write
	ஓம்/ஆய்/ஆர்கள்/அன	=> We/You/They would write

....
....
....

பார்/ஓடி/எழுதி/etc. + ஆ (முக்காலம்)

would see, would run, would write, etc.

	ஏன்		=> Would I see?
பார்ப்	ஆன்/ஆள்/அது	+ ஆ	=> Would he/she/it see?
	ஓம்/ஆய்/ஆர்கள்/அன		=> Would We/You/They see?
	ஏன்		=> Would I run?
ஓடுவ்	ஆன்/ஆள்/அது	+ ஆ	=> Would he/she/it run?
	ஓம்/ஆய்/ஆர்கள்/அன		=> Would We/You/They run?
	ஏன்		=> Would I write?
எழுதுவ்	ஆன்/ஆள்/அது	+ ஆ	=> Would he/she/it write?
	ஓம்/ஆய்/ஆர்கள்/அன		=> Would We/You/They write?

....
....
....

12

லாம், னும்

110. லாம், னும் (உறுதியாக)

லாம், னும்(Shall, Should)

shall see, shall run, shall write, etc.
should see, should run, should write, etc.

நான்
அவன்/அவள்/அது + பார்க்க +
நாங்கள்/நீ/அவர்கள்/அவை

லாம்
=> I shall see
=> He/She/It shall see
=> We/You/They shall see

கனும்
=> I should see
=> He/She/It should see
=> We/You/They should see

நான்
அவன்/அவள்/அது + ஓட +
நாங்கள்/நீ/அவர்கள்/அவை

லாம்
=> I shall run
=> He/She/It shall run
=> We/You/They shall run

னும்
=> I should run
=> He/She/It should run
=> We/You/They should run

நான்
அவன்/அவள்/அது + எழுத +
நாங்கள்/நீ/அவர்கள்/அவை

லாம்
=> I shall write
=> He/She/It shall write
=> We/You/They shall write

னும்
=> I should write
=> He/She/It should write
=> We/You/They should write

....
....
....

111. லாம், னும் + ஆ (உறுதியாக)

லாம், னும்(Shall, Should) + ஆ

shall see, shall run, shall write, etc.
should see, should run, should write, etc.

நான்	+ பார்க்க +	லாம்	+ ஆ	=> Shall I see? => Shall he/she/it see? => Shall we/you/they see?
அவன்/அவள்/அது				
நாங்கள்/நீ/அவர்கள்/அவை		கனும்		=> Should I see? => Should he/she/it see? => Should we/you/they see?

நான்	+ ஓட +	லாம்	+ ஆ	=> Shall I run? => Shall he/she/it run? => Shall we/you/they run?
அவன்/அவள்/அது				
நாங்கள்/நீ/அவர்கள்/அவை		னும்		=> Should I run? => Should he/she/it run? => Should we/you/they run?

நான்	+ எழுத +	லாம்	+ ஆ	=> Shall I write? => Shall he/she/it write? => Shall we/you/they write?
அவன்/அவள்/அது				
நாங்கள்/நீ/அவர்கள்/அவை		னும்		=> Should I write? => Should he/she/it write? => Should we/you/they write?

....
....
....

112. லாம், னும் (உறுதியில்லாமல்)

May, Might

may see, may run, may write, etc.
might see, might run, might write, etc.

நான்
அவன்/அவள்/அது + பார்க்க +
நாங்கள்/நீ/அவர்கள்/அவை

லாம்
=> I may see
=> He/She/It may see
=> We/You/They may see

கனும்
=> I might see
=> He/She/It might see
=> We/You/They might see

நான்
அவன்/அவள்/அது + ஓட +
நாங்கள்/நீ/அவர்கள்/அவை

லாம்
=> I may run
=> He/She/It may run
=> We/You/They may run

னும்
=> I might run
=> He/She/It might run
=> We/You/They might run

நான்
அவன்/அவள்/அது + எழுத +
நாங்கள்/நீ/அவர்கள்/அவை

லாம்
=> I may write
=> He/She/It may write
=> We/You/They may write

னும்
=> I might write
=> He/She/It might write
=> We/You/They might write

....
....
....

113. லாம், னும் + ஆ (உறுதியில்லாமல்)

லாம், னும் +ஆ

may see, may run, may write, etc.
might see, might run, might write, etc.

நான் அவன்/அவள்/அது நாங்கள்/நீ/அவர்கள்/அவை	+ பார்க்க +	லாம்	+ ஆ	=> May I see? => May he/she/it see? => May we/you/they see?
		கனும்		=> Might I see? => Might he/she/it see? => Might we/you/they see?

நான் அவன்/அவள்/அது நாங்கள்/நீ/அவர்கள்/அவை	+ ஓட +	லாம்	+ ஆ	=> May I run? => May he/she/it run? => May we/you/they run?
		னும்		=> Might I run? => Might he/she/it run? => Might we/you/they run?

நான் அவன்/அவள்/அது நாங்கள்/நீ/அவர்கள்/அவை	+ எழுத +	லாம்	+ ஆ	=> May I write? => May he/she/it write? => May we/you/they write?
		னும்		=> Might I write? => Might he/she/it write? => Might we/you/they write?

....
....
....

13

மற்றவை

114. வேண்டியதிருக்கு

have to, had to

have to see, have to run, have to write, etc.
had to see, had to run, had to write, etc.

நான்
அவன்/அவள்/அது + பார்க்க +
நாங்கள்/நீ/அவர்கள்/அவை

வேண்டியதிருக்கு
=> I have to see
=> He/She/It have to see
=> We/You/They have to see

வேண்டியதிருந்தது
=> I had to see
=> He/She/It had to see
=> We/You/They had to see

நான்
அவன்/அவள்/அது + ஓட+
நாங்கள்/நீ/அவர்கள்/அவை

வேண்டியதிருக்கு
=> I have to run
=> He/She/It have to run
=> We/You/They have to run

வேண்டியதிருந்தது
=> I had to run
=> He/She/It had to run
=> We/You/They had to run

நான்
அவன்/அவள்/அது +எழுத+
நாங்கள்/நீ/அவர்கள்/அவை

வேண்டியதிருக்கு
=> I have to write
=> He/She/It have to write
=> We/You/They have to write

வேண்டியதிருந்தது
=> I had to write
=> He/She/It had to write
=> We/You/They had to write

....
....
....

115. முடியும்

can see, can run, can write, etc.
could see, could run, could write, etc.

என் முடிகிறது => can see
அவன்/அவள்/அதுவ் + ஆல் + பார்க்க + முடிந்தது => could see
எங்கள்/உங்கள்/அவர்கள்/அவைகள் முடியும் => can see

என் முடிகிறது => can run
அவன்/அவள்/அதுவ் + ஆல் + ஓட + முடிந்தது => could run
எங்கள்/உங்கள்/அவர்கள்/அவைகள் முடியும் => can run

என் முடிகிறது => can write
அவன்/அவள்/அதுவ் + ஆல் + எழுத + முடிந்தது => could write
எங்கள்/உங்கள்/அவர்கள்/அவைகள் முடியும் => can write

....
....
....

நான் => என்
அவன்/அவள்/அது => அவன்/அவள்/அதுவ்
நாங்கள்/நீங்கள்/அவர்கள்/அவை => எங்கள்/உங்கள்/அவர்கள்/அவைகள்

நான் => I
அவன்/அவள்/அது => He/She/It
நாங்கள்/நீங்கள்/அவர்கள்/அவை => We/You/They/They

116. போகி

எகா: சாப்பிட போகிறேன், விளைடா போனான்,
வேலை செய்ய போகிறது, etc.

எழுதும்போது => going to => கோயிங் டு
பேசும்போது => gonna => கொன்னா

நிகழ்காலம் => am going to, is going to, are going to
கடந்தகாலம் => was going to, were going to
எதிர்காலம் => will be going to

கிற் ஏன் => I am going to
கிற் ஆன்/ஆள்/அது => He/She/It is going to
கிற் ஓம்/ஆய்/ஆர்கள்/அன => We/You/They are going to

போ ன் ஏன் => I was going to
போ ன் ஆன்/ஆள்/அது => He/She/It was going to
போ ன் ஓம்/ஆய்/ஆர்கள்/அன => We/You/They were going to

வ் ஏன் => I will be going to
வ் ஆன்/ஆள்/அது => He/She/It will be going to
வ் ஓம்/ஆய்/ஆர்கள்/அன => We/You/They will be going to

நான் => ஏன்
அவன்/அவள்/அது => ஆன்/ஆள்/அது
நாங்கள்/நீங்கள்/அவர்கள்/அவை => ஓம்/ஆய்/ஆர்கள்/அன

நான் => I
அவன்/அவள்/அது => He/She/It
நாங்கள்/நீங்கள்/அவர்கள்/அவை => We/You/They/They

117. இருக்கேன்/இருந்திருக்கேன் (இருந்து + இருந்தேன்)

இருக்கேன் / இருந்திருக்கேன்

இருந்து + இருந்தேன்(கடந்த காலத்தில் இப்போது இல்லை)

	க்	ஏன்	=> used to
இருந்திரு	ந்	ஆன்/ஆள்/அது	=> used to
	ந்	ஓம்/ஆய்/ஆர்கள்/அன	=> used to

நான் => ஏன்
அவன்/அவள்/அது => ஆன்/ஆள்/அது
நாங்கள்/நீங்கள்/அவர்கள்/அவை => ஓம்/ஆய்/ஆர்கள்/அன

நான் => I
அவன்/அவள்/அது => He/She/It
நாங்கள்/நீங்கள்/அவர்கள்/அவை => We/You/They/They

நான் ஒரு டாக்டராக இருந்திருக்கிறேன் => I used to a Doctor

அவன் ஒரு காவலராக இருந்திருக்கிறான் => He used to a Police

அவள் ஒரு ஆசிரியராக இருந்திருக்கிறாள் => She used to a Teacher

அது ஒரு மரமாக இருந்திருக்கிறது => It used to a Tree

நாங்கள் இந்தியர்களாக இருந்திருக்கிறோம் => We used to Indians

நீங்கள் ஒரு வழக்கறிஞராக இருந்திருக்கிறாய் => You used to a Lawyer

அவர்கள் அமெரிக்கர்களாக இருந்திருக்கிறார்கள் => They used to Americans

அவை பழங்களாக இருந்திருக்கின்றன => They used to Fruits

118. ஒரு

The

=> அனைவருக்கும் பொதுவானது

=> ஏற்கனவே தெரிந்தது

=> அறிமுகம் தேவையில்லாதது

A, An

=> ஒவ்வொருவருக்கும் தனிப்பட்டது

=> புதிதாக தெரிந்து கொள்ளும் போது

=> அறிமுகம் ஆகும் போது

a => (ஒரு சொல்லின் ஆரம்ப எழுத்து மெய் எழுத்தாக இருக்கும் போது)

an => (ஒரு சொல்லின் ஆரம்ப எழுத்து உயிர் எழுத்தாக இருக்கும் போது)

உயிர் எழுத்துக்கள் => அ, ஆ, இ, ா, உ, ஊ, எ, ஏ, ஐ, ஒ, ஓ, ஔ.

மெய் எழுத்துக்கள் => க், ங், ச், ஞ், ட், ண், த், ந், ப், ம், ய், ர், ல், வ், ழ், ள், ற், ன்.

மருத்துவர் => The Doctor (பொதுவானது, ஏற்கனவே தெரிந்தது)

அவன் ஒரு மருத்துவர் => He is a Doctor (தனிப்பட்டது, அறிமுகம் ஆகிறார்)

டாக்டர் => டா = ட் + ஆ => ஆரம்ப எழுத்து மெய் எழுத்து => a doctor.

www.ingramcontent.com/pod-product-compliance
Ingram Content Group UK Ltd.
Pitfield, Milton Keynes, MK11 3LW, UK
UKHW021914190726
13853UKWH00002B/674